திட்டமிட்ட வெற்றி!

எளிய நேர நிர்வாக வழிமுறைகள்

திட்டமிட்ட வெற்றி!

எளிய நேர நிர்வாக வழிமுறைகள்

பத்மா அர்விந்த்

Title: America: Thittamitta Vetri
Author's Name: Padma Arvind
Copyright © Padma Arvind2023
Published by ZDP Specifics

(An imprint of Zero Degree Publishing)
No. 55(7), R Block, 6th Avenue,
Anna Nagar,
Chennai - 600 040

Website: www.zerodegreepublishing.com
E Mail id: zerodegreepublishing@gmail.com
Phone: 89250 61999

ZDP Specifics First Edition: December 2023
ISBN: 978-93-95222-85-3
TITLE NO ZDPS: 74

Cover Design & Layout: Vijayan, Creative Studio

முன்னுரை

பள்ளிக்குச் செல்லும் வயதில் இருந்தே செலவழிக்கும் ஒவ்வொரு நொடியையும் திரும்ப பெற முடியாது. காசு பணம் கூட மீண்டும் சம்பாதித்துக்கொள்ளலாம் என்று சொல்லி வளர்க்கப்பட்டவள் நான். எதற்கேனும் கோபம் கொண்டு பேசாமல் இருந்தால் அம்மா அப்படித்தான் சொல்வாள், ஏற்கெனவே சண்டை போட்டு சில நேரம் படிக்காமல் வீணாகி விட்டது, இப்போது கூடுதலாக இன்னும் சில நிமிஷம் வீணாகி விட்டது பார். இந்த 30 நிமிஷம் உன் வாழ்க்கையில் என்ன செய்தாலும் திரும்ப வரவே வராது, உன் சண்டைக்கான காரணம் அதற்கு தகுதியானது தானா என்று யோசி என்பார். கோடிப்பணம் கொடுத்தாலும் அந்த நேரம் வராது என.

ஆமாம் இழந்த நேரமும் வராது. சில முடிவுகளால் தவறான பின்விளைவுகளால் விளைந்த சேதங்களையும் சரிசெய்ய இயலாது. கடந்த காலம் திரும்புவதில்லை. ஆனால், அந்த விளைவுகள் நிறையப் பாடங்கள் சொல்லித்தருகின்றன.

அனுபவங்கள் சொல்லித்தரும் பாடங்கள் ஏராளம். என்ன செய்யலாம் எதைச் செய்யக்கூடாது எதைச் செய்தால் என்ன நடக்கலாம் என கிடைக்கும் செய்திகள் நிறைய. நாம் நம் கண்களையும் காதுகளையும் மனத்தையும் திறந்து வைத்துக்

காத்திருந்தோமேயானால் மற்றவர்களின் அனுபவங்களில் இருந்து கூட பாடங்கள் பயின்று நம் வாழ்க்கையை நல் வழிப்படுத்திக் கொள்ள முடியும்.

வாழ்வது ஒரு முறைதானே! அதை நமக்குத் தெரிந்த வரை நன்றாக மகிழ்வோடு வாழ சில வழிகளை இங்கே சொல்லியிருக்கிறேன். இவை அனைத்தையும் நான் பின்பற்றுவதால் என்னால் திட்டவட்டமாக இவை நன்மை பயக்கும் என உறுதியாகச் சொல்ல முடியும்! நீங்களும் முயன்று பார்க்கலாம்! உங்களுக்குத் தெரிந்த குறிப்புக்களையும் சேர்த்தெழுதிக்கொள்ளலாம்!

இந்தக் கட்டுரைகளை வெளியிடவும் எழுதவும் ஊக்குவித்த எழுத்தாளர் பா. இராகவனுக்கு என் நன்றி! நேர மேலாண்மைக்கு முன்னுதாரணமாக இருக்கும் என் பெற்றோருக்கும் என் மகனுக்கும் மற்றும் கணவனுக்கும் என் அன்பு!

- பத்மா அர்விந்த்

பொருளடக்கம்

முன்னுரை 5

1. ஒரு நாளைத் திட்டமிடுங்கள்! 9

2. நம்மை நாம் அறிதல் 17

3. திட்டம் போட்டு வட்டம் போடு 28

4. இலக்கைப் பிரித்தல் 35

5. முன்னுரிமை 45

6. தொகு 54

7. தொகுத்ததை வகு 59

8. சிறிய இடைவெளிகளை உபயோகிப்பது எப்படி?...... 65

9. ஒன்பது குறிப்புகள் 70

10. சிக்கல்களைக் களைவது எப்படி? 76

11. சிந்தனை செய் மனமே 81

12. நீயும் நானும் வேறல்ல 87

13. உரையாடி உறவாட 91

13.சொல்லாத சொல்லும் சொல்லல்ல 102

14. கேள்வியின் நாயகனே 111

14. மாத்தி யோசி.................................. 117

15. முடிவும் ஆரம்பமே 125

16. உணர்ச்சிகளுக்கொரு கட்டுப்போடு 129

17. மன அழுத்தம் இலேசாக...................... 134

18.வெற்றி மீது வெற்றி வந்து என்னைச் சேரும் 140

1. ஒரு நாளைத் திட்டமிடுங்கள்!

எத்தனை முறை முயன்றாலும், ஒரு சிலருக்கு அன்றாடப் பணிகளை முழுதும் முடித்த அனுபவம் இருப்பதேயில்லை. இன்றைய அவசரத் தொழில்நுட்பக் காலத்தில், ஒரு சிலரால் எந்தப் பதட்டமும் அழுத்தமும் இல்லாமல் எதையும் அமைதியாக, சீராகச் செய்து முடிக்க முடிவதில்லை. எல்லோருக்குமே அந்த 24 மணி நேரம்தான் இருக்கிறது. ஒரு சிலர் மட்டும் அதை ஆக்கபூர்வமாகவும் திறமையாகவும் எப்படிப் பயன்படுத்துகிறார்கள்?

ராஜீவ் வெங்கைய்யா என்ற அமெரிக்க அரசின் உயரதிகாரி ஒருவர், பன்றிக் காய்ச்சல் பிரச்சினை விசுவரூபம் எடுத்த காலத்தில் அதனைத் தடுக்கும் அடிப்படைத் திட்டத்தை இரண்டே நாளில் எழுதி முடித்தார். நம்ப முடிகிறதா..? ஏனென்றால் அவருக்குக் கொடுக்கப்பட்ட நேரமே அவ்வளவுதான்.

வெள்ளை மாளிகையில் ஒரு சின்னக் கலந்துரையாடல், பன்றிக் காய்ச்சலைப் பற்றி. அதற்கு நோய்கள் தடுக்கும் குழுவிற்கு (center for disease control) பங்குகொள்ள அழைப்பு வருகிறது. பன்றிக் காய்ச்சலை யாருமே முக்கியத் தொற்றாக கருதாத நேரம், தங்களிடம், உயிரியல் பாதுகாப்புக் குழுவில் ஆராய்ச்சியாளராக

வந்திருந்த மருத்துவர் ராஜீவ் வெங்கைய்யாவை அனுப்பி வைக்கிறது CDC. அப்போதைய ஜனாதிபதி புஷ், 'இந்த காய்ச்சல் வந்தால் தடுக்கும் திட்டம் CDCயிடம் இருக்கிறதா?' என வினவ, 'திட்டம் இருக்கிறது, ஆனால் அது சரியானதல்ல' என்று தெளிவாக உரைக்கிறார் ராஜீவ்.

'இன்னும் இரண்டு தினங்களுக்குள் முழுத் திட்டமும் செயல்பாட்டுமுறைகளும் வேண்டும்' என்று புஷ் சொன்னபோது வெள்ளி மதியம் ஆகிவிட்டிருந்தது. CDCயில் சென்று சொன்னபோது, 'திட்டம் இருக்கிறது என்று சொல்லிவிட்டு வந்தால் அதைப் பிறகு நாம் சரிசெய்திருக்கலாம், இப்படியா திட்டமே இல்லை என்று சொல்வாய்?' எனக் கடிந்து கொண்டார்கள். 'சரியில்லை என்று நீ சொன்னதால் அதைச் சரிப்படுத்தி புதுத் திட்டம் கொண்டுவா' என்று அதிகாரிகள் சொல்லிவிட, உடனே தன் சொந்த ஊருக்குச் சென்று சிந்தித்து இரண்டே இரவுகளில் எழுதப்பட்டதுதான் மிகப் பிரபலமான, வெற்றியும் பெற்றுத்தந்த பன்றிக் காய்ச்சல் பரவுவதைத் தடுக்கும் திட்டம். இதுபோன்று கட்டாயம் முடிக்க வேண்டிய பணிகளைக் குறித்த காலத்துக்குள் செய்வது எப்படிச் சிலருக்குச் சாத்தியமாகிறது..?

ஒருவர் வாழ்க்கை அமைப்புப் போல இன்னொருவர் வாழ்க்கை அமைப்பு இருப்பதில்லை. அப்படியே இருந்தாலும், சூழல் வெவ்வேறு விதமாக இருக்கலாம். குறிக்கோள்கள் வேறாக இருக்கலாம். இவை அனைத்தையும் மீறி வாழ்க்கையில் ஏற்படும் மாறுதல்களும் இயற்கைத் தொழில்நுட்பத்தால் ஏற்படும் மாறுதல்களும் ஆட்டிவைக்கும். 'ஆட்டுவித்தால் யாரொருவர் ஆடாதாரே' என நம்மை அறியாமலேயே சின்னச் சின்ன விஷயங்களில் ஈர்க்கப்பட்டு நேரத்தை வீணடிக்கிறோம். நாள் முடிவில், நாம் செய்ய நினைத்த வேலைகளில் பத்தில் ஒன்றுகூடத் திருப்தியாக முடிந்திருக்காது. எஞ்சிய பணிகள் அடுத்த நாளுக்கான பணிகளோடு சேர்ந்து, வார இறுதியில் அதிக மன அழுத்தத்தைத் தரும்.

- எல்லா மனிதர்களுக்கும் பலவிதத் திறன்கள் உண்டு. நினைத்ததை அழகாகப் பேசவும், எழுதவும், இன்னொருவர் விளங்கிக்கொள்ளுமாறு சொல்லவும் தேவையான மொழித்திறன்.

- பணியைத் திட்டமிட்டுச் செவ்வனே செய்து அதை நிர்வகிக்கும் அலுவல் சார்ந்த தொழில்திறன்

- வாழ்க்கைக்குத் தேவையான வாழ்வியல் திறன்கள்

- பொழுதுபோக்கை அனுபவிக்கும் திறன்

இந்தத் தலைமுறை இளைஞர்களிடம் இல்லாத வாழ்வியல் திறன்களே அமெரிக்காவின் கல்வித்துறையின் மிகப் பெரிய கவலையாக உருமாறியிருக்கிறது.. மிகப்பெரிய பல்கலைக்கழகங்கள்கூட இதைப் பாடத்திட்டத்தில் சேர்க்க ஆரம்பித்துவிட்டன. இவற்றில், வங்கிப்படிவம் நிரப்புவது முதல், சேமிப்பது வரை, நேர நிர்வாகம், வீட்டில் சின்னச் சின்னக் குளறுபடிகளை சரிபார்ப்பது வரை எனப் பல திறன்கள் அடங்கும்.

பொழுதுபோக்குவதும் ஒரு நாளின் அங்கமே. ஆனால், எப்படி மனத்திருப்தியும் இளைப்பாறலும் கிடைக்கும் வகையில் காலத்தை அதிகம் வீணடிக்காமல் பொழுதுபோக்குவது என்பதுகூட ஒரு திறன். இதைத்தவிர விளையாட்டு, உடற்பயிற்சி எல்லாம்கூடத் திறன்களே.

அடிப்படையில் இந்தத் திறமைகள் நம் எல்லோரிடமும் இருக்கின்றன. ஆனால் வேறு வேறு அளவில் இருக்கலாம். எளிதாகப் பழகிக்கொள்ள முடியும். இந்தத் திறமைகளைக் கற்றுக்கொண்டால் மட்டும் போதாது, அதை நடைமுறைப் படுத்தவும் தெரிந்துகொண்டால் நாம் எங்கேயும் எப்போதும் 'நன்றென நினைப்பதெல்லாம் நடத்திடும் துணிவு வேண்டும்' என்று பாடிக்கொண்டு திரியலாம்.

தினசரி வாழ்க்கையில் எதிர்பாராத சவால்களும் பிரச்சினைகளும் வரத்தான் செய்கின்றன. இந்தப் பிரச்சினைகளை, சவால்களைப் பொருத்தமாக கடந்து செல்வதற்கு இந்தத் திறன்களில் நல்ல பயிற்சி வேண்டும். மிகக் கடினமான சூழலில்கூட அந்தச் சூழலின் அழுத்தத்தைச் சமாளிக்க ஆக்கபூர்வமாகக் காரியங்களை முடிக்க மனப்பக்குவம் வேண்டும்.

இந்தத் திறன்களை வளர்த்துக்கொள்வது திடீரென ஓரிரு நாட்களில் முடியக்கூடியது அல்ல. தொடர்ந்த முனைப்பும்

பயிற்சியும் வேண்டும். சிந்தித்துப் பார்த்தால், நாம் இவையனைத்தையும் செய்து கொண்டேதான் இருக்கிறோம். ஆனாலும் பணிகள் குறித்த நாளுக்குள் முடியாமல் போவதற்குக் காரணம் இதில் முழுப்பயிற்சி இல்லாமல், ஆக்கபூர்வமாகச் செய்யாமல், அரைகுறையாகப் பணிகளை முடித்துவிட வேண்டும் என்றே செய்வதுதான்.

ஒரு நாளில் நாம் எப்படியெல்லாம் நேரத்தைச் செலவழிக்கிறோம் என்று ஒரு குறிப்புப் புத்தகத்தில் எழுதி வைத்தால், நமக்கொரு உண்மை புலப்படும். 10 மணித்துளிகள் ஃபேஸ்புக்கில் உலவச் சென்ற நாம், 2 மணி நேரம் செலவழித்திருப்போம், நம்மை அறியாமலே.

இந்தத் திறன்களைக் கீழேகாணும் வகையில் வரிசைப்படுத்தலாம்.

1. நம்மை நாம் அறிந்துகொள்வது - self awareness

2. திட்டமிடல் - planning

3. சின்னச் சின்ன நேரத்துக்கு முடிக்க கூடிய இலக்குகளாகப் பிரித்தல் - making SMART objectives

4. பணிகளைப் பிரித்துக்கொடுத்தல், அன்றாடம் செய்யும் பணிகள்/ அல்லது வேலைகள், புதிதாக சேர்ந்துகொள்ளும் பொறுப்புகள் -Delegation

5. அன்றாட வேலைகளில் முக்கியத்துவத்திற்கு ஏற்றமாதிரி தரவரிசைப்படுத்துதல் - prioritizing

6. நமக்கு உதவக்கூடிய கருவிகளை/ தொழில்நுட்பம் தேர்ந்தெடுத்தல் - technical tool selection

7. சில வேலைகளை/ பணிகளை ஒரு சின்னக் குழுவாக சேர்த்தல் - bundling or chunking tasks

8. இளைப்பாற நேரம் தேர்ந்தெடுத்தல் - Relaxation

9. எப்போதெல்லம் சிறிய இடைவெளி கிடைக்கிறதோ அப்போது மற்ற வேலைகளில் இந்த குறிப்பிட்ட நேரத்தில் முடித்து விடக்கூடிய வேலையை முடித்தல் - Filling gap

10. சிக்கல்களைக் கையாளுதல் - problem solving

மேற்சொன்னவற்றில் திட்டமிடும் திறன், செயல்படுத்தும் திறன், நேர நிர்வாகம், பணிகளைப் பிரித்துக்கொடுக்கும் திறன் (டெலிகேஷன்) மொழித்திறன் எல்லாம் அடங்கும். இந்தத் திறன்களைப் பழக்கிக்கொண்டால், ஒவ்வொரு செயலையும் குறைவான நேரத்தில் அளவான சக்தியைப் பயன்படுத்தி மிக எளிமையாக முடிக்கலாம்.

நம்மை நாம் அறிந்துகொள்வது: நம்முடைய ஒரு நாளின் பொழுதை, குடும்பம், தொழில் ஆகியவற்றை நடுநிலையாகப் பாவிக்க நம்மிடம் என்ன திறன்கள் இருக்கின்றன, என்னென்ன பலவீனங்கள் இருக்கின்றன, அலுவலகம் அல்லது வீடு இவற்றில் நமக்கு உதவியாக யார் இருப்பார்கள், அவர்களின் செயல்திறன், நம்பகத்தன்மை என்று அனைத்தையும் பட்டியலிடுவது.

திட்டமிடல்: நாளுக்கான பணிகளை முன்கூட்டியே திட்டமிடல். அனைத்து வேலைகளையும் எழுதி, அதன் முக்கியத்துவம் என்ன, அதில் உடனே முடிக்க வேண்டியவை எவை என்று திட்டமிடுதல். உதாரணமாக, அலுவலகம் சார்ந்த பணிகள், குடும்பம் சார்ந்த பணிகள் இரண்டையும் திட்டமிட்டு எழுத வேண்டும். அலுவலகப் பணியில் ஏதேனும் நிதித்திட்டம் அந்த வாரம் முடித்தே ஆகவேண்டிய கட்டாயம் இருக்கலாம். அதேபோலக் குடும்பத்திலும் மின்சாரக் கட்டணம், பள்ளிக் கட்டணம் கட்டுவது போன்ற நேரத்தால் கட்டுண்ட பணிகள் இருக்கலாம்.

சின்னச் சின்ன இலக்குகளாகப் பிரித்தல்: அலுவலகத்தில் நிதி வேண்டி அனுப்ப வேண்டிய ஆவணங்களைக் குறித்த காலத்துக்குள் அனுப்ப வேண்டும் என்ற ஒரு முக்கியக் குறிக்கோளை, பல சின்னச் சின்ன இலக்குகளாகப் பிரித்துக்கொள்ள வேண்டும். அவை- நல்ல செயல்திட்டம், அதை நிறைவேற்றுவதற்கான வழிமுறைகள், அதன் அவசியம், அதனால் என்ன மாற்றம் வரும், நிதி பட்ஜெட், எவ்வளவு பேர் அதனைச் செய்து முடிக்க வேண்டும் எனப் பல இலக்குகளாகப் பிரித்து அதற்கான சின்ன முடிவுத் தேதியை எழுதிவிட்டால் செய்வதும் மலைப்பாக இருக்காது.

பணிகளைப் பிரித்துக்கொடுத்தல் - நம்மால் ஒரு குறிப்பிட்ட பணிகளுக்கு மேல் நேரடிக் கவனம் செலுத்தி திறன்படச்

செய்ய முடியாது. அப்போது இதனை இதனால் இவன் முடிப்பான் என்றாய்ந்து அதனை அவன்கண் விட்டுவிடல் என்பது போல, பொறுப்புகளை ஒப்படைக்க வேண்டும். உதாரணமாக, பிள்ளைகளைப் பள்ளிக்கு அழைத்துச் செல்லும் பொறுப்பை ஒருவர் எடுத்துக்கொள்ளலாம். பாத்திரங்கள் தேய்த்து டிஷ்வாஷரில் அடுக்கும் பொறுப்பை மற்றொருவர் என்று கணவன் மனைவி இருவருமே பங்கிட்டுக் கொள்ளலாம். அதேபோலக் குழந்தைகளுக்கும் அவரவர் வயதுக்கேற்ற பணிகளைத் தந்து பழக்கலாம். ஏவது மாறா இளங்கிளமை இனிதுதான் என்றாலும் சொல்வதைத் திருத்தமாகச் சொல்லவேண்டும். ஆனால், பொறுப்பையும், செய்துமுடிக்க வேண்டிய நேரத்தையும் சொன்னபின், அடிக்கடி மேற்பார்வையிடுவதோ நினைவுபடுத்துவதோ தகாது.

அன்றாட வேலைகளின் முக்கியத்துவத்திற்கு ஏற்றமாதிரி தரவரிசைப்படுத்துதல் : பணிகளை எழுதி முடித்ததும் எந்த பணிகள் அன்றே முடிக்க வேண்டும், அதன் முக்கியத்துவம் என்ன என்பதைக் கருத்தில் கொண்டு தரவரிசைப்படுத்த வேண்டும். திடீரெனச் சில புதிய பணிகள் சேர்ந்து கொள்ளும். சில நெருக்கடிகளும்கூட. எனவே இந்தத் தரவரிசைப் பட்டியல் மாறிக்கொண்டே இருக்கும்.

கருவிகளை / தொழில்நுட்பத்தைத் தேர்ந்தெடுத்தல்: நமது வேலைகளை முடிக்க உதவக்கூடிய தொழில்நுட்பக் கருவிகளைத் தேர்ந்தெடுத்தல் அவசியம். உதாரணமாக, மின்சாரக் கட்டணம் போன்றவை இணைய வழியாகவே செலுத்த முடியும். எப்போது கட்டணம் கட்டக் கடைசி தேதியோ அதற்கு ஓரிரு நாட்கள் முன்னர் காலண்டரில் பதிந்து கொள்ளலாம். உங்கள் செல்பேசியின் உதவிகொண்டே இந்த வேலைகளை முடித்துவிடலாம். மிண்ட் போன்ற செயலிகள் வீட்டு பட்ஜெட்டைக் கவனிக்கவும் உதவும்.

பணிகளை ஒரு தொகுப்பில் சின்னச் சின்னக் குழுக்களாக பிரித்தல்: உதாரணமாக, காய்கறி வாங்குவது, அப்படியே டிரைகிளீனரில் இருந்து ஆடைகளை திரும்ப பெற்றுக்கொள்வது - இரண்டு இடங்களும் அருகருகே இருந்தால், திரும்ப ஒருமுறை டிரைகிளீனர் கடைக்குச் செல்ல வேண்டியதில்லை. அதேபோல

வாரம் இருமுறை துணிகளை துவைக்க மெஷினில் போடுபவராக இருந்தால், அந்த நேரத்தில் வீட்டைச் சுத்தம் செய்வதைச் சேர்த்துக்கொள்ளலாம். தொலைக்காட்சி பார்க்கும் நேரம், வார இறுதியில் அந்த வாரத்துக்கான மெனு எழுதி என்ன வாங்கவேண்டும் என்பதையும் பட்டியலிடலாம். இதனால், தினம் சமைப்பது பற்றிச் சிந்திக்க வேண்டியதில்லை.

இடைவெளி குறைத்தல்: எப்போதெல்லாம் சிறிய இடைவெளி கிடைக்கிறதோ அப்போது மற்ற வேலைகளில் இந்த குறிப்பிட்ட நேரத்தில் முடித்துவிடக் கூடிய வேலையை முடித்தல்: இரண்டு பணிகளுக்கிடையே சின்ன இடைவெளி கிடைத்தாலும், அதில் மற்றொரு பணியைச் செய்ய முடியுமானால் செய்துவிடுங்கள். பத்து நிமிட இடைவெளியில் மாதாந்திரக் கட்டணங்கள் செலுத்தலாம், பிள்ளைகளின் மருத்துவர் நேரம் கேட்டுக் குறிக்கலாம், அடுத்த பணிகளுக்கான எண்ணங்களைப் பதிவு செய்து கொள்ளலாம்.

இளைப்பாறுதல் - பொழுதுபோக்கு: அன்றாடம் அலுவலக, வீட்டுப் பணிகளுக்கு இடையில் பொழுதுபோக்கிற்காகவும் குடும்பத்துடனும் செலவழிக்க நேரம் ஒதுக்க வேண்டும். ஆனால் இவற்றுக்கான நேரத்தைக் குறித்துக் கொள்ள வேண்டும். மற்ற பணிகளுக்கிடையில் சமூக வலைத்தளங்களில் ஐந்து நிமிடம் என்று பார்த்துவிட்டால், அதிலும் ஏதாவது விவாதத்திற்குள் நுழைந்துவிட்டால், ஒவ்வொருமுறை புது மறுமொழி வரும்போதும் பதில் சொல்லத் தோன்றும். கவனம் சிதறும். பொழுதுபோக்கிற்கான நேரம் மட்டுமே இதில் ஆக்கபூர்வமாகச் செலவிட வேண்டும். பொழுதுபோக்கு விஷயங்கள், மன அழுத்தத்தை உண்டுசெய்யக் கூடியதாக இருத்தல் கூடாது.

சிக்கல்களைக் களைதல்: தினம் தினம் ஏராளமான சிக்கல்கள் வரும். இவை நமது சக்திக்கு மீறியதாகக்கூட இருக்கலாம். இயற்கை கால மாற்ற சிக்கல், உடல்நலம் குன்றியதால் முறையாகப் பணிசெய்ய முடியாமல் போவது, போக்குவரத்துச் சிக்கலால் காலதாமதம் இது போல. ஆனால் ஒவ்வொன்றயும் கவனித்து எப்படிச் சரி செய்ய வேண்டும், அந்த சிக்கலில் மாட்டிக்கொண்டால் அந்த நேரத்தை எப்படிப் பயனுள்ளதாக கழிக்கலாம் எனவும் தெரிந்துகொள்ள வேண்டும்.

பழக்கம் என்பது சிலந்தி வலையைப் போன்றது, ஆனால் பழகிய பிறகு செயல்கள் யாவும் நம்முள்ளே பதிந்து போக, ஒரு நல்ல மாற்றத்தைக் கொண்டுவரும்.

வாழ்க்கையில் பல சிக்கல்கள் வரும், ஆனால் நமக்கென இருக்கும் கடமைகளை நம் கையால் திறன்படச் செய்ய வேண்டும். அதை ஒரு முறையாகச் சீராகச் செய்ய இந்தப் பயிற்சிகள் துணையிருக்கும்.

2. நம்மை நாம் அறிதல்

'உன்னை அறிந்தால், நீ உன்னை அறிந்தால் உலகத்தில் போராடலாம்' என்றொரு பாடல் உங்களில் எத்தனை பேருக்கு நினைவிருக்கும்.? நிச்சயமாகவே நம்மை நாம் அறிந்துகொள்ளுதல் அல்லது சுய விழிப்புணர்வு கொள்ளுதல் மிக முக்கியமானது. நமக்கே நம்மைத் தெரியாதா என அலட்சியப்படுத்தி விடக்கூடிய திறனில்லை. படிக்கிறபோதே உங்களுக்குப் புரிய வரும் நாம் நம்முடைய திறன்கள், பலவீனங்கள் ஆகியவற்றைச் சரியாக அறிந்து கொண்டிருக்கவில்லை என்பது.

நம்முடைய திறன்கள் என்ன, பலவீனங்கள் என்ன என எல்லாவற்றையும் முழுமையாக அறிந்தால்தான் நமக்கு முடியாத செயல்களை அந்தத் திறன் படைத்தவரிடம் ஒப்படைக்க முடியும். காரியங்களும் கனகச்சிதமாக முடியும்.

நம்மையறிந்து செயல்படும் போது எல்லா நாளும் நல்ல நாளாகும். காரியங்களைச் சிதறாமல் முடிக்கும் போது வரும் மகிழ்ச்சி அளவற்றது. தன்னை உணர்ந்து கொண்டவர்கள், நல்ல உறவுகளைப் பேணுவதோடு, நல்ல தன்னம்பிக்கை உடையவர்களாகவும் உருமாறுவதாக உளவியல் ஆராய்ச்சிகள் கூறுகின்றன. அப்படித் தன்னம்பிக்கை வரும் போது மனத் தைரியமும் வரும். இவை நம் காரியங்களை நேர்த்தியுடன் முடிக்க அவசியம். ஒரு நாளை நல்ல தன்னம்பிக்கையுடனும்

அதனால் வரும் மிடுக்குடனும் ஆரம்பிக்கும்போது எத்தனை மகிழ்வாக இருக்கும் என்று யோசித்துப் பாருங்கள்.

எப்படி நம்மை அறிந்துகொள்வது, சுய விழிப்புணர்வு கொண்டுவருவது? அதற்காகத் தனிக் கேள்வி பதிலும் பாடத்திட்டங்களும் இல்லை. ஆனால் கீழ்க்கண்ட எட்டு முக்கிய கருத்துக்களும் அதற்கு வழி வகுக்கும்.

1. மனநிலையை ஆக்கப்பூர்வமாக வைத்திருங்கள்

நாம் பொதுவாக ஒரு வழியில் காரியமாற்றப் பழகியிருப்போம். அது நிறைய நேரத்தை எடுத்துக்கொள்ளலாம், அல்லது நிறைய உழைப்பைக் கோரலாம். அதைவிட மாற்றான ஓர் எளிய வழி இருந்தால் அதற்கு மாறும் மனப்பக்குவத்தை வளர்த்துக்கொள்ள வேண்டும். காலைவேளைகளில் அலுவலகத்திற்குத் தயாராகி, மனதில் அன்றைய முக்கிய வேலைகளும் கூட்டங்களும் ஓடிக்கொண்டிருக்கும் போது, வழக்கமான காலை உணவிற்குப் பதில் எளிய உணவிற்கு மாறலாம். அல்லது இரவு தொலைக்காட்சி பார்க்கும் போது, அவசரகதியில் இல்லாதபோது காலை உணவிற்கு அல்லது மதிய உணவிற்கான ஏற்பாடுகளைச் செய்து கொள்ளலாம். பெரும்பாலோருக்கு காலையில் குளிக்கும் பழக்கம்தான் உண்டு. குழந்தைகளுக்கு நேரமிருக்கும் போது அவசரமில்லாமல் குளிக்க வைப்பதுகூட ஒரு சின்ன மாற்றம்தான்.

கல்வித்துறையின் உயர்ந்த பதவியில் இருக்கிற முனைவர் டயனா ஜோன்ஸ் தன் குழந்தைகளை இரவே குளிக்க வைத்துவிடுவாராம். அவர்கள் மறு நாளுக்கு அணிய வேண்டிய ஆடைகளையும் தனது ஆடைத் தேர்வு செய்யும் போதே அவர்களையே தேர்ந்தெடுக்கச் சொல்லித் தன் ஆடை அருகேயே வைத்துவிடுவாராம். இது நிறைய வேண்டாத விவாதங்களைத் தவிர்ப்பதோடு, காலையில் விரைவாகக் கிளம்ப ஏதுவாக இருக்கும். நேரமும் மிச்சமாகும். அதே நேரம் அனாவசியக் கோபதாபங்களும் இருக்காது.

2. எல்லைகளை வகுத்துக்கொள்ளுங்கள்

அலுவலகத்தில் நிறைய வேலை முடிந்து வரும் போது, திடீரென வரும் நண்பர்களை அல்லது உறவினர்களைச்

சந்திக்க மறுத்துவிடுங்கள். ஐந்து நிமிடம் என ஆரம்பித்து நம்மையே அறியாமல் நிறைய நேரவிரயம் ஆகும். அதேபோல, தொலைபேசி அழைப்புகள்கூட அவசியம் இல்லாதபோது அவை வார இறுதிக்காகக் காத்திருக்கலாம், தவறொன்றும் இல்லை. ஒரு ஐந்து நிமிடம்தானே என அலைபேசியில் இணையத்தளங்களில் கவனம் போனால், அது நமக்கே தெரியாமல் நமது நேரத்தை எடுத்துக்கொள்ளும். சமூக வலைத்தளங்களில் வேண்டாத விவாதங்களில் சிக்கிவிட்டால், அது நேரத்தை இழுத்துக்கொள்ளும்.

3. நம்மை அழிவுப்பாதைக்கு இழுத்துச் செல்லும் பழக்கங்களை விட்டுவிடுதல் அல்லது குறைத்துக் கொள்ளுதல்

சில பழக்க வழக்கங்கள் நம்மை அறியாமலே நம்மை இழுத்துக்கொள்ளும். வேலை நாட்களில் நேரத்திற்கு உறங்குவதை விடுத்து, விழித்துக்கொண்டு நமக்குப் பிடித்த தொலைக்காட்சிகள் அல்லது திரைப்படங்கள் பார்த்துக்கொண்டிருந்தால், மறுநாள் விழிக்கும் போதே நேரமாகிவிடும் அல்லது அதன் களைப்பு தெரியும். எனவே இவற்றிற்கு எல்லாம் ஒரு நேரம் வைத்துக்கொள்வது அவசியம். நிறைய நேரம் பார்க்காமல் (Binge watching) கட்டுப்பாட்டோடு பொழுதுபோக்கும் நேரத்தை வைத்துக்கொள்வது அவசியம்.

4. நமது பலவீனமான பழக்கங்களைத் தெரிந்து கொள்ளுதல்

நாம் எல்லா நேரங்களும் நல்ல பழக்கங்களை மட்டும் கொண்டிருப்பதில்லை. அதேபோல எல்லோருக்கும் திறன்கள் மட்டுமே இருப்பதில்லை. நம்முடைய திறன்களைக் கண்டறிவது எவ்வளவு முக்கியமோ அதே அளவு நமது பலவீனங்களைத் தெரிந்து கொள்ளுதலும் அவசியம். அதைத் தெரிந்துகொண்டால்தான் அவற்றைக் களைய முடியும்.

நம்முடைய பலவீனம், காலை சற்றுநேரம் தூங்குவது பிடிக்கும் என்றால், அது குழந்தைகளைப் பள்ளிக்குத் தயார் செய்ய நேரமாகலாம். அவர்கள் பள்ளிக்குச் செல்லும் பேருந்தை விட்டுவிட்டால், நாமே பள்ளிக்குக் கொண்டு சென்று விடவேண்டி வரும். எனவே விழிப்பதற்கான நேரம் என்னவோ அதற்கு ஐந்து நிமிடம் முன் எழுப்பொலி (அலாரம்)

வைத்துவிட்டால், நமக்கும் சற்று நேரம் தூங்கிய மாதிரி இருக்கும். ஆனால், இரண்டாம் முறை எழுப்பொலி அடிக்கும் போது எழுந்திருக்க வேண்டும்.

5. என்ன நடக்கும் என்பதை முன்கூட்டியே எதிர்பார்த்து முன்னெச்சரிக்கையோடு திட்டம் தீட்டுதல்

நமது பலவீனங்களை அறிந்துகொள்வது சுய விழிப்புணர்வின் ஒரு முக்கியப் பகுதியாகும், மேலும் அந்தப் பலவீனத்திற்கு அடிபணிய நம்மைத் தூண்டும் ஏதாவது வரப்போகிறது என்பதை நாம் அறிந்தால், நாம் ஒரு திட்டத்தை உருவாக்கலாம். பெரும்பாலான ஞாயிறு இரவுகளில் மறுவாரம் பற்றிய கவலை இருந்தால், பொழுதுபோக்கு நிகழ்ச்சிகளைக் கண்டு மனதை இலகுவாக்கிக் கொள்ளலாம். ஆனால் அப்படிப் பார்க்கும் நிகழ்ச்சிகள் மனக்கவலையை அதிகரிக்கக் கூடாது.

6. கவனம் செலுத்துங்கள்

கவனச்சிதறல் நிறைந்த நம் உலகில், ஒரு காரியத்தில் மட்டும் கூர்ந்து கவனம் செலுத்துவது எப்போதும் எளிதானதல்ல. பிள்ளைகளோ அல்லது கணவனோ அல்லது மனைவியோ ஏதேனும் சொன்னால், தொலைபேசியில் கவனம் செலுத்தி அரைகுறையாகக் கேட்பதை விட்டுவிட்டு, முழுக் கவனத்தோடு கேளுங்கள். அதுவே பல அனாவசிய விவாதங்களை அல்லது காரியம் தவறாக நடப்பதை நிறுத்தும். உங்கள் தொலைப்பேசியை ஒதுக்கி வைத்துவிட்டு, சுறுசுறுப்பாக அக்கறையுடன் கேட்டுப் புரிந்து கொள்வதன் மூலம் நிறையப் பிரச்சினைகளைத் தவிர்த்து விடலாம்., உங்கள் அன்றாட வாழ்க்கையில் முடிந்தவரை சில கவனச்சிதறல்களை மட்டுமே அனுமதிப்பதன் மூலம் உங்களைச் சுற்றியுள்ள உலகத்தைப் பற்றிய கவலையின்றி நாளைத் தொடங்கலாம்.

7. சரியான கேள்விகளைக் கேளுங்கள்

வீட்டில் யாரேனும் ஏதேனும் வேண்டும் என நீங்கள் பரபரப்பாக இயங்கிக்கொண்டிருக்கும் போது கேட்டால், என்ன தேவை, ஏன் எதற்கு போன்ற கேள்விகளைக் கேட்டு அவர்களையும் சிந்திக்கத் தூண்டுதல் வேண்டும். அப்படிக் கேள்விகள் கேட்க மனத்தைரியம் வேண்டும். ஆனால் சரியான

கேள்விகளைக் கேட்பதற்கு, தைரியம், சிந்தனை மற்றும் சுய விழிப்புணர்வு தேவை. உதாரணமாக, உங்கள் மேலாளர் உங்களுக்கு வேலையில் எதிர்மறையான கருத்தைத் தருகிறார் என்று கற்பனை செய்து பாருங்கள். ஆழ்ந்த மூச்சுவிட்டு, பிறகு, இது முறையானது என்று நீங்கள் நினைக்கிறீர்களா என்று உங்களை நீங்களே கேட்டுக்கொள்ளுங்கள். உங்களுக்குள் எங்காவது ஆழமாக இது சரியான செயல் இல்லை என்று நீங்கள் உணர்ந்தால், அடுத்த முறை நீங்கள் வித்தியாசமாக என்ன செய்ய முடியும் என்று சிந்தித்து அதைப் பழக வேண்டும்.. நீங்கள் செய்யக்கூடிய மிக முக்கியமான விஷயம், நீங்கள் எப்போது தவறு செய்கிறீர்கள் என்பதைப் புரிந்துகொண்டு, அடுத்த முறை நீங்கள் எப்படி வித்தியாசமாக விஷயங்களைச் செய்யலாம் என்பதைக் கண்டுபிடிப்பதற்காக உங்களையே நீங்கள் கேள்விகள் கேட்டுக்கொள்ள வேண்டும்

8. சுய விழிப்புணர்வின் அவசியம்

சுய விழிப்புணர்வு சமூகத்திற்குப் பெருமளவில் பயனளிக்கிறது, எனவே மற்றவர்களுக்கு சுய விழிப்புணர்வை ஏற்படுத்த நீங்கள் உதவ முடிந்தால், அது மிகவும் நல்லது. உங்களிடம் யாரேனும் குறைபட்டுக்கொண்டிருந்தால், அதை ஏன் அப்படி நினைக்கிறார்கள் என்று கேட்பதும் அவர்களைப் பற்றித் தெரிந்து கொள்ள உதவும்

ஹார்வர்ட் பல்கலைக்கழகத்தில் பல ஆராய்ச்சியாளர்கள் செய்த ஆய்வுகள் முழுவதும், சுய விழிப்புணர்வில் இரண்டு வகைகள் இருப்பதாகச் சொல்கிறது.

முதலாவது வகைக்கு சுய உள் விழிப்புணர்வு (self introspective self awareness) என்று பெயர். நமது சொந்த மதிப்புகள், உணர்வுகள், அபிலாஷைகள், நமது சூழல், எதிர்வினைகள் (எண்ணங்கள், உணர்வுகள், நடத்தைகள், பலம் மற்றும் பலவீனங்கள் உட்பட) எப்படிப் பார்க்கிறோம், அது குறித்து அடுத்தவர்கள் என்ன நினைப்பார்கள் என்ற தாக்கத்துடன் பார்ப்பது. உள் சுயவிழிப்புணர்வு உயர் பதவி, குடும்ப மகிழ்ச்சி, சமுதாய அந்தஸ்து ஆகியவற்றுடன் தொடர்புடையது. இது கவலை, மன அழுத்தம் மற்றும் மனச்சோர்வுக்கு எதிர்மறையாகத் தொடர்புடையது.

இரண்டாவது வகை, வெளிப்புற சுய விழிப்புணர்வு, மேலே பட்டியலிடப்பட்டுள்ள அதே காரணிகளின் அடிப்படையில் மற்றவர்கள் நம்மை எப்படிப் பார்க்கிறார்கள் என்பதைப் புரிந்துகொள்வதைக் குறிக்கிறது. மற்றவர்கள் தங்களை எப்படிப் பார்க்கிறார்கள் என்பதை அறிந்தவர்கள் அதற்கேற்றாற்போல நடந்து கொள்ள முடியும். எடுத்துக்காட்டாக, . தங்களைப்போலவே தங்கள் ஊழியர்களைப் பார்க்கும் தலைவர்கள் அவர்கள் குறைகளைப் புரிந்து கொள்ள முடியும். அதை நீக்க என்ன செய்ய முடியும் எனச் சிந்திக்க முடியும். அவர்கள் தங்கள் ஊழியர்களோடு நல்ல உறவு கொண்டிருப்பார்கள். இதுவே குடும்பத்திலும் உதவும்.

இந்த இரண்டு வகையும் நாலு தலைமைப் பண்புகள் கொண்டிருக்கும். நபர்களை வகைப்படுத்துகின்றன. அவர்கள், உள்நோக்கி விழிப்புணர்வு கொண்டவர்கள், தன்னைப்பற்றித் தேடுபவர்கள், தன்னைப்பற்றித் தெரிந்தவர்கள், அடுத்தவர்களை மகிழ்ச்சியாக வைத்திருக்க முனைபவர்கள்.

உள்நோக்கி விழிப்புணர்வு உள்ளவர்கள் தங்களைப் பற்றித் தெரிந்து வைத்திருந்தாலும், தங்களுடைய குறைகளைக் களைய அடுத்தவர்களின் உதவியை எதிர்பார்க்கவோ அதற்கான கருத்துக்களையோ கேட்க மாட்டார்கள்.

தன்னைப்பற்றி அறிந்தவர்கள் (aware) இவர்கள் தங்களை அறிந்து கொண்டவர்கள். தங்களுடைய பலம், பலவீனம் ஆகியவை அறிந்தவர்கள். மேலும் தங்களுடைய குறை நிறைகளை அடுத்தவர்களிடம் கேட்டுத் தெரிந்து கொண்டு மேம்படுத்திக்கொள்பவர்கள்.

தேடுபவர்கள் (seekers) இவர்கள் தங்களைப் பற்றி எதுவும் அறியாதவர்கள். அடுத்தவர் சொல்வதைக் கேட்டு நடப்பதால், சுய மகிழ்ச்சியின்றி எப்போது ஒருவித ஏமாற்றத்தோடும் எரிச்சலோடும் இருப்பார்கள்.

மற்றவர்களை மகிழ்ச்சிப்படுத்துபவர்கள் (pleasers)

பெரும்பாலான மக்கள் தங்களைத் தாங்களே அறிந்தவர்கள் என்று நம்பினாலும், உண்மையான சுய விழிப்புணர்வு என்பது ஓர் அரிய குணம். அடுத்தவர்கள் என்ன நினைப்பார்களோ

அவர்களை மகிழ்ச்சிப் படுத்தி நல்ல பெயர் வாங்கவேண்டும் என்று பலவித வேலைகளைச் செய்யும் போது நம்மை அறியாமலே நமது நோக்கம், குறிக்கோள் பின்னுக்குத் தள்ளிவிடப்பட்டு நாளாக நாளாக அந்த ஏமாற்றம் நம்மை எதிலும் நாட்டமில்லாதவர்களாக மாற்றிவிடும். அலுவலகத்தில் வேலை அதிகம் இருக்கும் நாளில்,, வீட்டில் உள்ள பெரியவர்களுக்காக அக்கம் பக்கம் உள்ளவர்களுக்காக வீட்டிலும் அதிக வேலை செய்தால், கடைசியில் நம் சுயநிம்மதி இல்லாமல் போகிறது. இதை நீங்கள் அனைவருமே உணர்ந்திருக்கலாம்.

சுய விழிப்புணர்வு சமீபத்திய மேலாண்மையிலும் முக்கிய வார்த்தையாக மாறியுள்ளது. நாம் நம்மைத் தெளிவாகப் பார்க்கும்போது, அதிக நம்பிக்கையுடனும், ஆக்கப்பூர்வமாகவும் இருக்கிறோம் என்று ஆராய்ச்சி கூறுகிறது. நிறுவனங்கள் முதல் தனிநபர் வரை, சுய விழிப்புணர்வு தெளிவாக இருக்கும் போது, உறுதியான முடிவுகளை எடுக்கிறோம், வலுவான உறவுகளை உருவாக்குகிறோம், மேலும் திறம்படத் தொடர்பு கொள்கிறோம். நாம் பொய் சொல்லவும், ஏமாற்றவும், திருடவும் வாய்ப்பு குறைவு.

ஒரு நிறுவன உளவியலாளர் மற்றும் நிர்வாக பயிற்சியாளராக டாஷா யுரிக் (Tasha Eurich)5 வருடங்களாக சுய விழிப்புணர்வில் ஆராய்ச்சியில் ஈடுபட்டிருந்தார். இன்னமும் அதில்தான் செயல்படுகிறார். அவரே முதலில் அறிவியலுக்கும் சுய விழிப்புணர்வுக்கும் இடையே உள்ள வேறுபாட்டைக் கண்டு அதிசயிக்கிறார். பிறகு சுய விழிப்புணர்வு எத்தனை மகத்தான வெற்றிகளைத் தருகிறது என்பதைப் பதிவு செய்திருக்கிறார். ஏறக்குறைய 800 ஆராய்ச்சிகளுக்கும் மேலாகக் கூர்ந்து கவனித்திருக்கிறார். ஐந்தாயிரத்துக்கும் மேலான பங்கெடுப்பாளர்களுடன் பேசி, அவர்கள் நடவடிக்கைகளைக் கூர்ந்து கவனித்துச் செய்த ஆராய்ச்சிகள் அறிவியல் சஞ் சிகைகளில் வெளியாகியிருக்கின்றன.

சுய விழிப்புணர்வு என்றால் என்ன, அதை மேம்படுத்துவதற்கு என்ன தேவை என்பதைப் பற்றியும் அதை அடைய வரும் தடைகள் பற்றியும் அறிந்துகொள்ள வேண்டும்.. பெரும்பாலான

மக்கள் தங்களை அறிந்தவர்கள் என்று நம்பினாலும், சுய விழிப்புணர்வு என்பது பலரிடம் காணப்படாத, அரிதான திறன். தினமும் நாம் நினைத்த காரியங்கள் சரியாக நடக்கவும், நல்ல விளைவுகளைத் தந்து வெற்றி பெறவும் மூன்று பண்புகளை வளர்த்துக்கொள்ள வேண்டும்.

ஒருவர் தன்மீது தானே கொண்டிருக்கும் எண்ணங்களுக்கும் மற்றவர்கள் அவர்களைப் பற்றி என்ன நினைக்கிறார்கள் என்பதற்கும் நிறைய வேறுபாடு இருக்கிறது.

வால்மார்ட் என்ற பெரிய நிறுவனத்தில் சந்தைப்படுத்தலில் மேலாளரான ஜேரேமியோவை எடுத்துக் கொள்ளுங்கள். அவரது தொழில் வாழ்க்கையின் ஆரம்பத்தில், அவர் முதன்மையாக உள் சுய விழிப்புணர்வில் கவனம் செலுத்தினார் – உதாரணமாக, சந்தைப்படுத்தல் மீதான தனது ஆர்வத்தைத் தொடர கணக்கியலில் தனது வேலையைத் தொடர வேண்டாம் என்று தீர்மானித்து அதை விட்டுவிட முடிவு செய்தார். ஆனாலும் அவருக்குச் சந்தைப்படுத்தும் தொழிலில் வெற்றி கிடைக்கவில்லை. என்ன காரணம் என மேலாளர்களைக் கேட்ட போது, அவர் தன்னைச் சரியாக வெளிப்படுத்துவதில்லை என்பதை அறிந்தார். இதுபோல நமக்கு நம்பகமான ஒரு சிலரிடம் அவர்களது கருத்துக்களைக் கேட்பது முக்கியத் திருப்புமுனையாகும். அவர் சுயமாகத் தன்னைப் பற்றித் தான் கொண்டிருந்த எண்ணம், அடுத்தவரின் அவர் மீதான கருத்து இரண்டுக்கும் சரியான அளவு முக்கியத்துவம் கொடுத்துக் கவனம் செலுத்தியதால்தான் இன்று வெற்றிகரமாக இருக்கிறார்.

அனுபவம் அதிகரிக்க அதிகரிக்க நம்மைப் பற்றிய உண்மையான அனுமானங்கள் குறைய ஆரம்பிக்கின்றன. வீட்டில் பெரியவர்கள் அடிக்கடி நாம் பார்க்காத வேலையா என்று சொல்லித் தனக்கு எல்லாம் நன்றாகத் தெரியும், நான் மிகத் திறமைசாலி என்று சொல்வதைக் கூடக் கேட்டிருக்கலாம்.

அதேபோல அதிகாரம் மிக்கவர்கள்கூட தங்கள் திறமையையும் திறனையும் அதிகமாக மிகைப்படுத்தியே புரிந்து கொள்கிறார்கள். அவ்வாறே மற்றவர்களும் நினைக்கக்கூடும். இதற்கு ஒரு நகைச்சுவைச் சம்பவத்தைச் சொல்லலாம். கோபக்கார இளைஞன் என்று பெயரெடுத்த நடிகர் அமிதாப்பை நம்

எல்லாருக்கும் தெரியும். அவர் ஒருமுறை வன்முறை நிறைந்த கூட்டமொன்றில் சிக்கிக்கொள்ள மக்கள் அவர் தங்களைக் காப்பாற்றி விடுவார் என நம்பினார்களாம். அவரே காவல் துறையை அழைக்க வேண்டியிருந்தது. இது நமது சக்திக்கும் அதிகமாக நாம் கட்டமைக்கும் பிம்பம் மக்கள் மனதில் எப்படிப் பதிகிறது என்பதற்கு எடுத்துக்காட்டு..

வீட்டிலும்கூட எந்தவிதத் தாழ்வுமனப்பான்மையையும் ஏற்படுத்தாத வண்ணம் ஆக்கப்பூர்வமாக உண்மை நிலை, தகுதி, திறன்களை எடுத்துச் சொல்லும் உறவுகள் இருக்க வேண்டும். பணியிடத்தில் அதிகாரம் நிறைய உள்ளவர்களிடம், அவர்கள் குணங்களை, தகுதிகளைப் பற்றி அவர் கீழே பணிபுரிபவர்கள் மிகைப்படுத்தியே கூறுவார்கள். உண்மைக் கருத்தைச் சொன்னால், பதவி அல்லது பணி போகும் என்ற அச்சம் காரணம்.

சுயபரிசோதனை எப்போதும் சுய விழிப்புணர்வை மேம்படுத்தாது. ஆனால் அது தொடர்பான சிந்தனைகளும் கேள்விகளும் நம்மை அறிய உதவும். காந்தி அடிக்கடி பழகிய சுயபரிசோதனை, நமது சொந்த எண்ணங்கள், உணர்வுகள் மற்றும் நடத்தைகளின் காரணங்களை ஆராய்வது. எல்லாவற்றிற்கும் மேலாக, நாம் ஏன் அப்படி இருக்கிறோம் என்பதைப் பற்றிச் சிந்திப்பதை விட நம்மை அறியச் சிறந்த வழி எது?

சுயபரிசோதனை, சுய விழிப்புணர்வை மேம்படுத்த வேண்டும், ஆனால் நடைமுறையில் அப்படி இல்லை. இதற்கு அடிப்படைக் காரணம் ஏன் என்ற கேள்வி. நாம் பொதுவாக ஏன் நமக்கு நம்முடைய அணுகு முறைகள் அப்படி இருக்கின்றன என்று யோசிக்கிறோம். எதனால் நாம் அப்படி நடந்து கொண்டோம் என்று சிந்திப்பதில்லை.

'ஏன்' என்பது வியக்கத்தக்க பயனற்ற சுய விழிப்புணர்வு கேள்வி. நாம் தேடும் பல சுயநினைவற்ற எண்ணங்கள், உணர்வுகள் மற்றும் நோக்கங்களை நாம் அணுக முடியாமல் நாளைத் தொடங்கும் போது தனது பிள்ளையோ அல்லது பெண்ணோ எதற்காவது சாதாரணமாக மறுத்தால் உடனே கடும் சினம் கொண்டு சீறுபவர்களைக் கண்டிருக்கலாம். யோசித்துப்

பார்த்தால் அது அந்தப் பிள்ளை அல்லது பெண்ணின் மறுப்புக்காக இருக்காது ஆனால் வேறெந்த பிரச்சினையோ மனதில் உறுத்திக்கொண்டு மூளையை ஆட்கொண்டிருக்கும். அதன் விளைவு- அது குழந்தைகளைக் காயப்படுத்தும். நம் அம்மா அல்லது அப்பா ஏன் இப்படிக் கடிந்து கொண்டார், நாம் என்ன தவறு செய்தோம் எனச் சிந்திக்கத் தொடங்கும்.

ஏன் என்று கேட்கப்படும் போது அது சரி அல்லது தவறு என்ற இரண்டு கோணங்களில் மட்டுமே சிந்திக்க வைக்கிறது. மனித மனம் எப்போதுமே ஒரு சார்புக்கோட்டில்தான் பயணிக்கும். சுயபரிசோதனையின் சிக்கல் பெரும்பாலோனோர் அதைத் தவறாகச் செய்வதுதான். ஏன் என்று கேட்பதன் மற்றொரு எதிர்மறையான விளைவு விரும்பத்தகாத முடிவுகளுக்கு மனம் விளக்கமளிக்க முற்படும்போது அது எதிர்மறையான எண்ணங்களையே அளிப்பதாகும்.

எனவே, உற்பத்தித் திறன் கொண்ட சுய நுண்ணறிவை அதிகரிக்கவும், உற்பத்தி செய்யாத வதந்தியைக் குறைக்கவும், நாம் எதைக் கேட்க வேண்டும், ஏன் என்று கேட்க வேண்டும் எப்படிக்கேட்க வேண்டும் என்பதில் கவனம் தேவை. எடுத்துக்காட்டாக, நியுஜெர்சியின் உதவித் தொழில்துறை அமைச்சராக இருந்தவர் கீழே பணிபுரியும் பலரும் எப்போதும் ஏதோ ஒரு சங்கடத்திலும் மன அழுத்தத்திலுமே இருந்தார்கள். அவர்கள் ஏன் என்னால் நல்ல முறையில் வேலையை முடிக்க முடியவில்லை, ஏன் நான் இப்போதெல்லாம் மகிழ்ச்சியாக இல்லை என்றே கேட்டுக்கொண்டிருந்தார்கள். ஒரு நாள் அவர்கள் அனைவரும் கூடிப்பேசியபோது, அங்கே வந்த இன்னொரு துறை பணியாளர், ஏன் என்று கேட்பதற்குப் பதில் எதனால் என்று கேட்டுப்பாருங்கள். இவ்வளவு பேருடைய மன அழுத்தத்திற்கும் ஒரு பொதுக்காரணம் இருக்கும் என்று சொன்னார். பிறகு எதற்கு அல்லது எதனால் நாம் இப்படி பணியில் மகிழ்ச்சியாக இல்லை என்று கேட்டபோதே, அவர்களால் விடையைக் காண முடிந்து அமைச்சருடன் கூட்டாகச் சென்று பேச முடிந்தது.

இதேபோல், தனது வேலைக்குப் புதிதாக வந்த வாடிக்கையாளர் சமூக நலச் சேவகி ஸ்டெபனி கூப்பர், தனது பணியாளரிடம்

இருந்து ஒரு விமரிசனத்தைக் கேட்டவுடன், ஏன் அப்படிச் சொன்னாய் என்று கேட்காமல், "எதிர்காலத்தில் நான் ஒரு சிறந்த வேலையைச் செய்ய என்ன நடவடிக்கைகள் எடுக்க வேண்டும்?" என்று கேட்டார். இது கடந்த காலத்தின் பயனற்ற வடிவங்களில் கவனம் செலுத்துவதை விட தீர்வுகளுக்குச் செல்ல அவர்களுக்கு உதவியது.

உள் மற்றும் வெளிப்புற சுய விழிப்புணர்வை வளர்ப்பதில் கவனம் செலுத்தும் தலைவர்கள், உறவினர் மற்றும் நண்பர்களிடம் நேர்மையான கருத்துக்களைத் தேடுபவர்கள், பல வகைகளில் ஒரு நாளில் தொடங்கி ஆண்டு முழுதும் நிம்மதியாக மகிழ்ச்சியாக தங்கள் காலத்தைக் கழிக்கவும் வெற்றிபெறவும் கற்றுக்கொள்கிறார்கள்.

3. திட்டம் போட்டு வட்டம் போடு

பெப்சி நிறுவனத் தலைவர் இந்திரா நூயி எப்போது பேட்டி கொடுத்தாலும் ஒரு விஷயத்தைத் தவறாது சொல்வார். அவர் தலைமைப் பொறுப்பை ஏற்று நள்ளிரவில் வீட்டிற்கு வரும் போது அவர் அன்னை அவரைப் பால் வாங்கிவரச் சொன்னதாகவும், நிறுவனத்தலைவராக இருந்தாலும் வீட்டில் ஒரு மனைவி அல்லது மகள்தான் என்று அவர் அம்மா சொன்னதாக. மேலோட்டமாகப் பார்க்கும் போது என்ன ஓர் எளிமை, என்றெல்லாம் பரவசப்படத் தோன்றும். ஆனால் உண்மையில் பார்த்தால், இது அவரின் சில பலவீனங்களைக் காட்டுகிறது. ஒன்று வீட்டின் தினசரித் தேவைகளுக்கான சரியான திட்டமிடல் இல்லை, உறவினரிடையே சரியான கருத்துப் பரிமாற்றம் இல்லை, மூன்றாவதாக வேலைகளைச் சரியாகப் பகிர்ந்து கொடுத்தலும் இல்லை என்பதும் புலனாகும்.

நாளைத் திட்டமிடுவதில் நேர மேலாண்மை மிக முக்கியமானது. இன்று என்ன வேலைகளை முடிக்க வேண்டும் என்ற ஓர் உணர்வோடு காலையில் அலுவலகத்திற்குள் நுழைந்திருப்பீர்கள்.. பிறகு உட்கார்ந்து, கணினியைத் தொடக்கிவிட்டு, மின்னஞ் சலைப் பார்த்த உடன் வந்திருந்த மின்னஞ்சல்கள், எதிர்பார்க்காத பிரச்சினைகள் எனப் பதில் அனுப்பிக் கொண்டிருப்பீர்கள். அந்த வேலை முடிந்தபின் மற்றவர்களின் பிரச்சினைகளைத் தீர்த்து, கணினி மற்றும் தொலைபேசி மூலம் வந்திருந்த அனைத்தையும்

முதல்கட்டமாகக் கையாண்ட பிறகு திரும்பிப் பார்த்தால் அரை நாள் ஓடிவிட்டிருக்கும். இப்போது என்ன செய்ய நினைத்தீர்கள், எதை முடிக்க வேண்டும் என நினைத்தீர்களோ அது மறந்தே போயிருக்கும்.. முன்னாள் அதிபர் ஒபாமாவானாலும், சராசரி மனிதனானாலும் ஒரு நாளைக்கு 24 மணி நேரம்தான். ஆனால் சிலர் அதைத் திறம்படச் செலவு செய்து இனிமையாகவும் திருப்தியுடனும் கழிக்கிறார்கள்.

நாம் மனத்தினில் திட்டம் போடும்போதே இவை அனைத்தையும் செய்து முடிக்க முடியாது என்ற எண்ணத்திலேயே பட்டியலிடுகிறோம். அந்த ஒரு நாளில் முடிக்க வேண்டிய வேலை என்பதற்கு மாறாக, என்னென்ன வேலைகள் எல்லாம் முடிக்கக் காத்திருக்கிறதோ அவை அனைத்தையும் சிலர் பட்டியலிடுவார்கள்.. அதனால் அந்த ஒருநாளில் செய்ய வேண்டிய பட்டியல் மற்றும் பொதுவாகச் செய்து முடிக்க வேண்டிய பட்டியலை தனித்தனியாக உருவாக்குவது நல்லது.

அமெரிக்காவில் மிகப் புகழ்பெற்ற ஜேக் லாலேன் (Jack LLane), உடற்பயிற்சி குரு, தந்திரங்கள் பற்றி எல்லாம் அறிந்தவர்; கைகளைப் பின்னால் விலங்கிட்டு நீச்சல் செய்யக்கூடியவர். ஆனால் அவர் ஒரு ஷோமேன் என்பதை விட நல்ல நேர மேலாண்மை கொண்டவர் என்பதுதான் நாம் கற்றுக்கொள்ள வேண்டிய செய்தி.. உலகெங்கிலும் உள்ள உடல்நல அரங்குகளில் எடை இழுக்கும் புல்லிகள் மற்றும் எடையுடன் கூடிய பல பயிற்சிக்கான இயந்திரங்கள் போன்ற பல உடற்பயிற்சி இயந்திரங்களை அவர் கண்டுபிடித்தார். மற்றும் அவரது நிகழ்ச்சி, தி ஜாக் லாலேன் ஷோ, 34 ஆண்டுகளாக ஒளிபரப்பப்பட்ட மிக நீண்ட தொலைக்காட்சி உடற்பயிற்சி நிகழ்ச்சியாகும்.

94 வயதிலும், இறக்கும் வரை நாளின் முதல் இரண்டு மணிநேரங்களை உடற்பயிற்சியில் செலவிடுவதை வழக்கமாகக் கொண்டிருந்தார். தொண்ணூறு நிமிடங்கள் எடை தூக்குதல் மற்றும் 30 நிமிடங்கள் நீச்சல் அல்லது நடைப்பயிற்சி தினமும் காலை. அவரது 95 வது பிறந்தநாளில் அவர் கலிபோர்னியா கடற்கரையிலிருந்து 20 மைல் தொலைவில் உள்ள சாண்டா கேடலினா தீவுக்கு நீந்தத் திட்டமிட்டு முடித்தார். எனவே அவர்

தனது இலக்குகளை நோக்கித் தொடர்ந்து செயல்பட்டார். மேலும் அவர் அதைத் தனது அட்டவணையில் கட்டமைத்தார்.

நமது நேரத்தை நிர்வகிப்பது ஒரு அனிச்சைச் செயலாக மாற வேண்டும். அன்றாட முன்னுரிமைகளைப் பொருட்படுத்தாது, அட்டவணைப் படுத்துதலாக அமையவேண்டியது அவசியம். எட்டு மணி நேர வேலைநாளில் 18 நிமிடங்களுக்கும் குறைவாக எடுக்கும் திட்டமிடுதலை மூன்று வழிகளில் செய்யலாம்..

படி 1 (5 நிமிடங்கள்) நாளுக்கான திட்டத்தை அமைக்கவும். உங்கள் நாளை தொடங்கும் முன், ஒரு வெற்றுக் காகிதத்துடன் உட்கார்ந்து, இந்த நாளை மிகவும் வெற்றிகரமாக மாற்றுவது எது என்பதை முடிவு செய்யுங்கள். நீங்கள் எதார்த்தமாக எதைச் சாதிக்க முடியும்? அந்த விஷயங்களை எழுதுங்கள். இப்போது, மிக முக்கியமாக, உங்கள் நாட்காட்டியை எடுத்து, அந்த விஷயங்களை நேர இடைவெளிகளில் திட்டமிடுங்கள், கடினமான மற்றும் மிக முக்கியமான காரியங்களை நாளின் தொடக்கத்தில் வைக்கவும். அன்றைய நாளின் தொடக்கத்தில், முடிந்தால், உங்கள் மின்னஞ்சலைச் சரிபார்ப்பதற்கு முன்பே. உங்கள் முழுப் பட்டியலும் உங்கள் நாட்காட்டியில் பொருந்தவில்லை என்றால், உங்கள் பட்டியலை மீண்டும் வரிசைப்படுத்தவும். நீங்கள் எதை எப்போது, எங்கு செய்யப் போகிறீர்கள் என்பதைத் தீர்மானிப்பதில் அபார சக்தி உள்ளது. நீங்கள் ஏதாவது செய்ய விரும்பினால், அதை எப்போது, எங்கு செய்யப் போகிறீர்கள் என்பதை முடிவு செய்யுங்கள். இல்லையெனில், அதை உங்கள் பட்டியலிலிருந்து அகற்றவும்.

படி 2 (ஒவ்வொரு மணி நேரத்திற்கும் 1 நிமிடம்) மீண்டும் அட்டவணையில் கவனம் செலுத்துங்கள். உங்கள் கைக்கடிகாரம், தொலைபேசி அல்லது கணினியை ஒவ்வொரு மணி நேரமும் ஒலிக்கும்படி அமைக்கவும். அது ஒலிக்கும்போது, ஆழ்ந்த மூச்சை எடுத்து, உங்கள் பட்டியலைப் பார்த்து, உங்கள் கடைசி மணிநேரத்தை நீங்கள் பயனுள்ள வகையில் செலவிட்டீர்களா என்று உங்களை நீங்களே கேட்டுக்கொள்ளுங்கள். உங்கள் நாட்காட்டியைப் பார்த்து, அடுத்த மணி நேரத்தை நீங்கள் எப்படிப் பயன்படுத்தப் போகிறீர்கள் என்பதை வேண்டுமென்றே உங்களுக்குள் சொல்லிக் கொள்ளவும்.. நேரம் எப்போதுமே

உங்கள் கட்டுப்பாட்டில் இருக்க வேண்டும். நீங்கள் நேரத்தின் கட்டுப்பாட்டிற்குள் செல்லக்கூடாது..

படி 3 (5 நிமிடங்கள்) இப்போது நீங்கள் அலுவலகத்தில் இருந்தாலும் வீட்டில் இருந்தாலும் உங்கள் பட்டியலை மீண்டும் சரி பாருங்கள். நிறைய வேலைகள் இன்னும் முடியவில்லை என்றால் எங்கே உங்கள் திட்டம் தவறியது, எது திசை திருப்பியது என யோசித்து அடுத்த நாளில் சரி செய்யுங்கள்.

நேரம் உங்கள் கட்டுப்பாட்டிற்குள் வந்துவிட்டாலே திட்டமிடுதல் இன்னும் எளிதாக வரும். நாள் முடிவில் திட்டமிட்ட அனைத்தையும் முடித்துவிட முடியும். நேர மேலாண்மை தவிர்த்து, இன்னும் பல வழிகள் உங்கள் திட்டமிடுதலை மேம்படுத்தும்.

1. முன்கூட்டியே நாளுக்கான வேலைகளைப் பட்டியலிடுங்கள். ஒரு சில அவசர வேலைகளைத் தவிர, மற்றவை வழக்கமான பணிகள். பணிகளின் பட்டியலில் எவை முக்கியமானது, எவற்றை உடனே கவனிக்க வேண்டும் என்பனவற்றையும் அதற்காக ஆகும் நேரத்தையும் கணக்கிலிடுங்கள். இந்த முன்னுரிமைப் பட்டியல் நாள் முழுதும்கூட மாறிக்கொண்டேயிருக்கும். சின்னக் குழந்தைகள் அல்லது பதின் பருவத்துக் குழந்தைகள் இருந்தால், உடல் நலக்குறைவு காரணமாகப் பள்ளியிலிருந்து வரும் அழைப்பு, மருத்துவரிடம் அழைத்துச் செல்வது உங்கள் பட்டியலில் இருக்காது, ஆனால் முக்கியமானது. அதைச் செய்தால், அட்டவணையில் இருக்கும் அதி முக்கியமில்லாத வேலையை வேறு யாரையேனும் செய்யச் சொல்லலாம். எடுத்துக்காட்டாக, அன்று இரவு உணவு தயாரிப்பதை எளிதாக்கிக் கொள்ளலாம். அல்லது பொழுதுபோக்கு நேரத்தைக் குறைத்துக் கொள்ளலாம்.

2. சில வேலைகளைப் பழக்கமாக்கிக் கொள்ளுங்கள்: நீண்ட நேரம் உழைப்பது உங்கள் உழைக்கும் திறனை, வெளிப்பாட்டை அதிகரிக்கும் என்ற எண்ணம் ஒரு மாயை. உடற்பயிற்சி செய்ய வேண்டும் என்றால், அதைக் குறிப்பிட்ட நேரத்தில் தினமும் செய்யப் பழக வேண்டும்,. பல் துலக்குவது போல அது ஓர் அனிச்சைச் செயலாக வேண்டும். அப்படிச் செய்கிறபோது

அது மனத்தடைகளில் இருந்து விலகி உங்களுக்கு நேரத்தை மிச்சப்படுத்தும். உடற்பயிற்சி செய்யும் போதே, நீங்கள் வேலை தொடர்பான திட்டங்கள் திட்டச் சிந்திக்கலாம். இல்லை, மனம் இலகுவாகப் பாடல்கள் கேட்பது, அல்லது செய்திகள் கேட்பது போன்றவற்றைச் செய்யலாம்.

3.   தொழில்நுட்பங்களை மட்டும் நம்பியிருக்காமல், காகிதத்தில் செய்துமுடிக்க வேண்டிய காரியங்களைப் பட்டியலிடுங்கள். அதைக் கண் பார்வையில் படும் வண்ணம் ஒட்டி வைப்பதும் நன்று. சில நேரங்களில் அலைபேசியின் நாட்காட்டியில் போட்டுவைக்கும் செயல்களைக் கவனிக்கக்கூட நேரமிருக்காது. சின்னச் சின்ன வேலைகளாகப் பிரிப்பதும் பலன் தரும். உதாரணமாக நீங்கள் ஒரு பதிவு எழுதுவதாகத் திட்டமிட்டிருந்தால், எழுதுவதற்கான குறிப்புகள் தேடுவது, எழுதுவது, பிழை திருத்துவது, அதைப் பகிர்வது என்று பல படிகளாகப் பிரித்துக்கொள்ள வேண்டும்.

4.   இடைவெளி விடுதல்: ஒரு வேலைக்கும் அடுத்த வேலைக்கும் இடையே போதிய அவகாசமும் உங்கள் மனதை ஆசுவாசப்படுத்திக் கொள்ள இடைவெளியும் விடுதல் வேண்டும். சில நேரங்களில் அவசர வேலை வரும் போது அதற்கான நேரத்தை இந்த இடைவெளிக் காலங்கள் நிரப்பக் கூடும்.

5.   தொழில்நுட்பத்தைப் பயன்படுத்துங்கள்: அட்டவணை தயாரிக்கத் தொழில்நுட்பம் தேவையில்லை. ஆனால் ஒவ்வொரு காரியத்தையும் நினைவுபடுத்த தொழில்நுட்பம் உதவலாம். கைக்கடிகாரம், அல்லது அலைபேசியில் ஒவ்வொரு மணிக்கும் ஓர் அறிவுறுத்தல் ஏற்பாடு செய்து கொள்ளுங்கள். அதேபோல உங்களுக்கான இடைவெளிக்கும் ஒரு குறிப்பிட்ட நேரத்தைக் குறித்துக்கொள்ளுங்கள். இது மிக முக்கியம். இடைவெளியில் வலைத்தளங்களில் பதிவுகளைப் படிக்கப் போகிறேன் என ஆரம்பித்தால் அவை நேரம் போவது தெரியாமல் இழுத்துக்கொண்டு போகலாம். எனவே இந்தத் தொழில்நுட்ப அறிவுறுத்தல்கள் அவசியம்.

6.   வேலைகளைக் குழுக்களாகப் பிரித்துக்கொள்ளுதல்: காரியங்களை பட்டியலிடும் போதே குழுக்களாக /

தொகுப்புகளாகப் பிரித்தல். உதாரணமாக பால் வாங்கிக் கொண்டு வரவேண்டும் என்பதைக் குழந்தைகளை வீட்டிற்கு அழைத்துவரும் வேலையோடு சேர்த்துக்கொள்ளலாம். வரும் வழியில் இறங்கி பால் வாங்கி வந்தால் அதற்காக ஒரு முறை செல்ல வேண்டாம். குழு உறுப்பினர்களுடன் ஏதேனும் விவாதம் என்றால், அதனை மதிய உணவுடன் சேர்த்துச் செய்யலாம்.

7. நடவடிக்கை எடுக்கக் கற்றுக்கொள்ளுங்கள்: அட்டவணைப் படுத்தியபின், அதை நிறைவேற்ற, மாற்றத் தேவையான நடவடிக்கைகள் எடுக்கக் கற்றுக்கொள்ள வேண்டும். திட்டமிடுதல் அநாவசியமாக நேரம் விரயமாவதைத் தடுக்கும். காரியங்களை அவர்களின் முன்னுரிமைப்படி அட்டவணைப் படுத்துதல் உங்கள் திறனை மேம்படுத்தும். அதே நேரம் நீங்களே செய்யத் தேவையில்லாத காரியங்களை இன்னொருவரிடம் கொடுக்க முடியும்.

8. உங்களைப் பற்றிய உண்மையான அனுமானம் அவசியம்: நம்முடைய பலம், பலவீனம் ஆகியவற்றை அறிந்து கொள்ளுதல் முக்கியம், ஒரு சின்ன ஆரம்ப நிலை தொழில்நுட்ப நிறுவனத் தலைவர், வீட்டில் இருந்தே பணி செய்பவர். ஆனால் பணி செய்யும் போதே இன்னொரு பக்கம் தொலைக்காட்சியில் ஏதேனும் நிகழ்ச்சிகள் ஓடும். அங்கே ஆர்வத்தைத் தூண்டும் வண்ணம் செய்திகள் வந்தால் இங்கே கவனம் சிதறும். இரவு முழுதும் வேலை பார்ப்பார். அது அவரின் பலவீனம், அதைத் தெரிந்து வைத்திருந்தால் அதற்கான நேர அட்டவணைப்படுத்துதல் செய்து கொள்ள முடியும். எந்தவித இளைப்பாறுதலும் இல்லாமல் நாள் முழுக்க ஓடிக்கொண்டே இருக்க முடியாது. அது நாளாவட்டத்தில் சோர்வைத் தரும். எனவே நம்முடைய பலம் பலவீனம் அறிந்து கொள்ளுதல் அவசியம்.

9. உங்களுடைய வெற்றி, தோல்வியை அல்லது முடிந்த காரியத்தைக் கொண்டாடச் சிறிது நேரம் ஒதுக்கிக் கொள்ளுங்கள். ஒவ்வொரு காரியமும் முடிந்ததும் சின்ன இடைவெளியும் ஒரு சின்ன பாராட்டும் நாள் முழுதும் வேலை செய்ய உங்களுக்கு உத்வேகம் தரும்.

10. காரியத்தில் கவனமாக இருப்பதும் முக்கியம்: மெய்வருத்தம் பாரார் பசி நோக்கார் கண் துஞ்சார் என்பது போல நாம் செய்ய நினைத்த காரியங்களைச் செய்து முடிக்கும் வரை கவனச்சிதறலை அனுமதிக்காதீர்கள். நேர மேலாண்மை மிக முக்கியம்.

இப்போது மீண்டும் ஒரு முறை இந்திரா நூயியின் செவ்வியைக் கேளுங்கள். அவருக்கு அவர் வீட்டில் எவ்வளவு நபர்கள் இருக்கிறார்கள் எனத் தெரியும் அவர்களின் பாலுக்கான தேவையும் தெரியும். மேலும் அன்றைய தினம் முக்கியமான விவாதக்கூட்டம் இருப்பதும் தான் தாமதமாக வரவிருப்பதும் தெரியும். முன்னரே தெரியாவிட்டாலும், தெரிந்தபின் வீட்டில் உள்ளவர்களுக்குச் சொல்லியிருக்கலாம். அதைப் போல அவர் கணவரும் அலுவலகத்திலிருந்து வீட்டிற்கு வந்தபின் தெரிந்திருக்கும். அப்படி இருக்க இரவு நடுநிசி வரை காத்திருக்க வேண்டிய அவசியம் என்ன? முன்கூட்டியே வார இறுதியில் எத்தனை தேவையோ அத்தனை பால் பொட்டலம் வாங்காதது மறைமுகமாக எதைச் சொல்கிறதென்றால், அவர் வீட்டின் கையிருப்பைத் திட்டமிடுதலில் கவனம் செலுத்துவதில்லை என்றுதானே!

4. இலக்கைப் பிரித்தல்

சின்னச்சின்னதாக, செய்யக்கூடிய அலகுகளாக நம் வேலையைப் பிரித்துக்கொள்ளுதல் முக்கியம். தினமும் வீடாகட்டும் அலுவலகமாகட்டும்... நீங்கள் கஷ்டப்பட்டு நிறைய வேலைகளைச் செய்கிறீர்கள். ஆனால் ஒரு சின்ன முன்னேற்றத்தைக்கூடக் காண முடியவில்லையே என்று நீங்கள் வருந்துவீர்களா? மருத்துவத்துறையில் தலைசிறந்த மருத்துவர் என நியூஜெர்சி வாழ் இந்தியர்களிடையே நல்ல புகழும் பெயரும் பெற்ற மருத்துவர் மீனா மூர்த்தி நல்ல உடல்நலப் பழக்கங்களை ஏற்படுத்திக்கொள்வது பற்றிக் கூறுகிறார். அவர் இன்னமும் மருத்துவராக, சமூக சேவகியாகப் பல நிலைகளில் சுறுசுறுப்பாக இயங்கிக்கொண்டிருக்கிறார்.

உடல் எடை 10 பவுண்டு அல்லது 6 கிலோ குறைக்க வேண்டும் என்ற குறிக்கோளோ அல்லது நாளொன்றுக்கு 5 மைல் நடக்க வேண்டும் என்றோ நீங்கள் அட்டவணையில் எழுதினால் அது மலைப்பைத் தரும். அந்த மலைப்பே அந்தச் செயலை ஒத்திப் போடச் செய்யும். அதற்கு மாறாகத் தினமும் முடிந்த போதெல்லாம் 5 நிமிடம் நடப்பேன் என்று வரையறை செய்துகொண்டால், ஒரு நாளில் கிட்டத்தட்ட 50-60 நிமிடங்கள் வரை உங்களால் நடக்க முடியும். சிறிது சிறிதாக அதை 10 நிமிடம், 15 நிமிடம் என்று அதிகரித்துக்கொண்டே

போகலாம். அப்படி நடந்தால், அதன் விளைவாகச் சிறுகச் சிறுக எடை குறைய ஆரம்பிக்கும்.

SMART என்பது உங்கள் குறிக்கோள் எப்படி இருக்க வேண்டும் என்பதற்கான ஐந்து சொற்களின் முதலெழுத்துக்களை உள்ளடக்கியது.. உங்கள் இலக்குகள் தெளிவாகவும் குறிப்பிட்ட நேரத்திற்குள் அடையக்கூடியதாகவும் இருப்பதை உறுதி செய்யுமாறு, இருக்க வேண்டும்:

எளிமையாக, அதே நேரம் கூர்மையானதாக (Smart).

அளவிடக்கூடியது (measurable) (அதன் விளைவுகளை அளவிடக்கூடியதாக இருக்க வேண்டும்).

அடையக்கூடியது (actionable).

உண்மையானதாக (Realistic).

நேரம் வரம்பு (time bound)

திறன் மற்றும் பின்னூட்டத்தின் முக்கியத்துவத்தைப் பிரதிபலிக்கும் வகையில் ஸ்மார்ட் சுருக்கத்தின் வரையறை புதுப்பிக்கப்பட வேண்டும் என்றும் பேராசிரியர் ரூபின் குறிப்பிடுகிறார்.

எளிமை (Simple)

எளிமை: மிஷெல் ஒபாமா தன் வாழ்க்கையின் ஆரம்பக் கட்டத்தில் இருக்கையில், சிகாகோவின் ஒரு பெரிய உடல்நல மற்றும் சமூக சேவை நிலையத்தின் உபதலைவராகப் பொறுப்பேற்றுக் கொண்டார்.அந்த வேலைகளும் சிகாகோவில் ஆற்ற வேண்டிய பணிகளின் வீரியமும் பரந்து விரிந்து இருந்த போது இப்படித்தான் சின்ன சின்ன குறிக்கோள்களாகப் பிரித்துக்கொண்டார் என்பதைப் பதிவு செய்திருக்கிறார்.

உங்கள் இலக்கு தெளிவாகவும் குறிப்பிட்டதாகவும் இருக்க வேண்டும். இல்லையெனில் உங்களால் உங்கள் முயற்சிகளில் கவனம் செலுத்த முடியாது அல்லது அதை அடைய உண்மையிலேயே உந்துதலாக உணர முடியாது. உங்கள் இலக்கை உருவாக்கும் போது, ஐந்து 'சி' கேள்விகளுக்குப் பதிலளிக்க முயலவும்:

நான் என்ன சாதிக்க வேண்டும்? (What)

இந்த இலக்கு ஏன் முக்கியமானது? (Why)

இதில் யார் ஈடுபட்டுள்ளனர்? (Who)

எங்கே அமைந்துள்ளது? (Where)

என்ன வளங்கள் அல்லது வரம்புகள் சம்பந்தப்பட்டிருக்கின்றன? (Which)

எடுத்துக்காட்டாக, நீங்கள் தற்போது சந்தைப்படுத்தலில் வேலை பார்ப்பவராக இருப்பதாகவும், நீங்கள் சந்தைப்படுத்தலில் தலைவராக ஆக விரும்புகிறீர்கள் என்றும் கற்பனை செய்து பாருங்கள். அது உங்களுடைய குறிப்பிட்ட குறிக்கோளாக இருக்கலாம், "எனது நிறுவனத்திற்குள் சந்தைப்படுத்தலில் தலைவராக ஆவதற்குத் தேவையான திறன்களையும் அனுபவத்தையும் பெற விரும்புகிறேன், அதனால் நான் எனது வாழ்க்கையை உருவாக்கி வெற்றிகரமான குழுவை வழிநடத்த முடியும்." இது மிக எளிமையாக, திட்டவட்டமாக நீங்கள் என்ன செய்ய விரும்புகிறீர்கள் என்பதைச் சொல்கிறது.

மற்றொரு சர்வசாதாரணமான எடுத்துக்காட்டு: இருபது கிலோ எடை குறைக்க வேண்டும் என்ற ஒரு குறிக்கோளைவிட, அதைப் பல சின்ன குறிக்கோள்களாகப் பிரித்துக்கொண்டால் எளிமையாகவும் மலைப்பாகவும் இருக்காது.

- தினமும் 10 நிமிடம் நடக்கலாம். அதைக் கொஞ்சம் கொஞ்சமாக அதிகரிக்கலாம்.

- இயற்கையாகச் சேரும் சர்க்கரையை விடக் கூடுதல் சர்க்கரை சேர்க்காமல் இருக்கலாம். தொடக்கத்தில் மிட்டாய் போன்றவற்றைச் சேர்த்துக்கொள்வதை விட்டுவிட்டு அதற்குப் பதிலாகப் பழங்கள் எடுத்துக்கொள்ளலாம்.

- உங்கள் வேலையை நாள் முழுதும் அமர்ந்த நிலையில் கணினி முன் செய்கிறீர்கள் என்றால், அவ்வப்போது எழுந்து சிறிது மணித்துளிகள் நடக்கலாம்

- கூடுமானவரை உணவகங்களில் உண்ணும் உணவை மாதத்திற்கு ஒரு முறை எனக் கட்டுப்படுத்திக் கொள்ளலாம்

இப்படிச் சில மாற்றங்கள் செய்தாலே கொஞ்சம் கொஞ்சமாக எடை குறைய ஆரம்பிக்கும். நடைப் பயிற்சியின் நேரத்தைக்கூட்டினாலே கிடைக்கும் மகிழ்ச்சி, அடுத்த அடுத்த குறிக்கோள்களை எட்ட உதவும்

அளவிடக்கூடியது (measurable)

நீங்கள் இலக்கை அடைந்துவிட்டீர்களா என்பதைத் தீர்மானிக்க என்ன தரவைப் பயன்படுத்துவீர்கள்?

முன்பு சொன்ன எடுத்துக்காட்டில் கூட கூர்ந்து கவனித்தால், எல்லா குறிக்கோள்களுமே அளவிடக்கூடியதுதான். நேரம் கிடைக்கும் போதெல்லாம் ஐந்து நிமிட நடை - ஐந்து நிமிடம் என்பது அளவிடக்கூடியது. அதேபோல 2000 அடிகள் என்பது கூட அளவிடக்கூடியதுதான். மாதம் ஒருமுறை மட்டுமே உணவக உணவு என்பதும் அளவிடக்கூடியதுதான். அதே போல, காலை வேளைகளில் தினமும் ஐந்து நிமிடம் தியானம் செய்வதோ அல்லது குறிப்பிட்ட நேரத்தில் எழுவது போன்ற எல்லாமே அளவிடக்கூடியவைதான். இவ்வாறு எந்தக் குறிக்கோளையும் அளவிடக்கூடியதாக மாற்ற முடியும். அப்படி மாற்றுவதால், நம்முடைய உழைப்பின் வெளிப்பாட்டை நாம் கணக்கிட முடியும்.

நீங்கள் நிச்சயமாக இதைச் செய்ய முடியுமா? நீங்கள் அளவிடக்கூடிய இலக்குகளை வைத்திருப்பது முக்கியம். இதன் மூலம் உங்கள் முன்னேற்றத்தைக் கண்காணிக்கவும், உந்துதலாக இருக்கவும் முடியும். முன்னேற்றத்தை அளவிடுவது மேலும், கவனம் செலுத்தவும், உங்கள் காலக்கெடுவைச் சந்திக்கவும், உங்கள் இலக்கை அடைவதற்கான உற்சாகத்தை உணரவும் உதவுகிறது.

அளவிடக்கூடிய இலக்கு என்பது போன்ற கேள்விகளுக்குத் தீர்வு காண வேண்டும்: எவ்வளவு? எத்தனை?

அது எப்போது நிறைவேறும் என்பதை எப்படி அறிவீர்கள்? உதாரணமாக, ஐந்து வருடக் காலத்திற்குள் தேவையான பயிற்சி வகுப்புகளை முடித்து, அதற்கான அனுபவத்தைப் பெறுவீர்கள் என்பதைத் தீர்மானியுங்கள். இதன் மூலம், சந்தைப்படுத்துதலுக்கான தலைவராக ஆவதற்கான திறன்களைப்

பெறுவதற்கான உங்கள் இலக்கை நீங்கள் அளவிடலாம். எந்தத் திறன்கள் தேவை, எங்கே பயிற்சிபெற முடியும், அதற்கு எத்தனை காலம் என்ற வகையில் கூட இன்னும் சின்ன சின்ன இலக்குகளாகப் பிரித்துக் கொள்ளுங்கள்.

இரு வருடத்திற்குள் 10 கிலோ எடையைக் குறைக்க வேண்டும் என்ற ஒரு குறிக்கோளைச் சின்ன சின்ன அளவிடக்கூடிய குறிக்கோள்களாக மாற்றிக்கொள்ள வேண்டும்.

1   தினமும் மணிக்கொரு முறை 5 நிமிட நடைப்பயிற்சி என 2000 அடிகள் நடப்பது- 2000 அடிகளைக் கணக்கிட முடியும்.

2   ஒரு வேளை காப்பி அல்லது தேநீரில் சர்க்கரையைக் குறைப்பது.

3   உணவகங்களில் சாப்பிடுவதைக் குறைத்துக்கொள்வது - இவை எல்லாமே அளவிடக்கூடியதுதான்

அடையக்கூடியது (actionable)

உங்கள் இலக்கும் எதார்த்தமாக இருக்க வேண்டும் மற்றும் வெற்றியை அடையக்கூடியதாக இருக்க வேண்டும். வேறு வார்த்தைகளில் கூறுவதானால், இது உங்கள் திறன்களை நீட்டிக்க வேண்டும், ஆனால் குறிப்பிட்ட காலத்திற்குள் முடிக்க சாத்தியமாக இருக்க வேண்டும். நீங்கள் அடையக்கூடிய இலக்கை அமைக்கும்போது, முன்பு கவனிக்கத்தவறிய வாய்ப்புகள் அல்லது ஆதாரங்களை நீங்கள் அடையாளம் காண முடியும். அடையக்கூடிய இலக்கு பொதுவாக கீழ்க்கண்ட கேள்விகளுக்குப் பதிலளிக்கும் வகையில் இருக்கும்.

இந்த இலக்கை நான் எவ்வாறு நிறைவேற்றுவது? நிதிக் காரணிகள் போன்ற பிற கட்டுப்பாடுகளின் அடிப்படையில் இலக்கு எவ்வளவு எதார்த்தமானது? உதாரணமாக... உங்களுடைய தற்போதைய அனுபவம் மற்றும் தகுதிகளின் அடிப்படையில், சந்தைப்படுத்துதலுக்கான தலைவராவதற்குத் தேவையான திறன்களை வளர்த்துக்கொள்வது எதார்த்தமானதா என்பதை நீங்களே கேட்டுக்கொள்ள வேண்டும். உதாரணமாக, தேவையான பயிற்சியைத் திறம்பட முடிக்க உங்களுக்கு நேரம்

இருக்கிறதா? தேவையான வசதிகள் உங்களிடம் உள்ளதா? உங்களால் அதைச் செய்ய முடியுமா? சந்தைப்படுத்துதல் தலைவராக ஆகத் தேவைப்படும் திறன்கள் யார் பயிற்சி தருகிறார்கள்? அந்தப் பயிற்சியில் நம்மால் சேர முடியுமா?

கட்டணம் நமது நிதிச்செலவினங்களில் கட்டுப்படியாகுமா? எவ்வளவு நேரமாகும்? இந்தக் கேள்விகளுக்கு விடை தேடி கண்டைந்தால், அவை அனைத்துமே உங்களின் குறிக்கோள்களை அடையக்கூடியதாக மாற்றும்.

வேறொருவருக்கு அதிகாரம் உள்ள இலக்குகளை அமைப்பதில் கவனம் தேவை. உதாரணமாக, "அந்தப் பதவி உயர்வைப் பெறுங்கள்" என்று உங்களுக்குக் கீழே பணி செய்பவரின் குறிக்கோளாகச் சொல்வது தவறு. ஏனெனில் அதன் விளைவு, வேறு யாரெல்லாம் விண்ணப்பிக்கப் போகிறார்கள், மற்றும் பணியமர்த்துபவர்களின் முடிவைப் பொறுத்தது. ஆனால் "அந்தப் பதவி உயர்வுக்காக கருத்தில் கொள்ள வேண்டிய அனுபவத்தையும் பயிற்சியையும் பெறுங்கள்" என்று சொல்லி உதவுவது அல்லது வழிகாட்டுவது முற்றிலும் உங்களுடைய கட்டுப்பாட்டில் இருப்பது. அதைச் செய்ய முடியும்.

எடைக் குறைப்பிலும் அதேபோல, பல துணைக்கேள்விகள் அவசியம். உதாரணமாக, உணவகங்களில் உண்பதைக் கட்டுப்படுத்தி வீட்டிலேயே சமைக்க வேண்டுமானால், அதற்கான நேரம், காய்கறிகள் போன்றவை வாங்கி வரும் வழக்கம் குழந்தைகள் கணவன்/மனைவி விரும்பிய உணவுப்பட்டியல், செய்முறை தெரிந்து கொள்ளப் பயிற்சி என அனைத்தும் அடங்கும்.

4. எதார்த்தமானதும் தொடர்புடையதும் (realistic)

உங்கள் இலக்கு உங்களுக்கு முக்கியமானது என்பதையும், அது மற்ற தொடர்புடைய இலக்குகளுடன் ஒத்துப்போகிறது என்பதையும் உறுதி செய்வதும் அவசியம்.. இலக்குகளை அடைவதில் உங்கள் குடும்பத்து உறுப்பினர்களின் ஆதரவும் உதவியும் தேவை. ஆனால் அவற்றின் மீது கட்டுப்பாட்டை வைத்திருப்பது முக்கியம். எனவே, உங்கள் திட்டங்கள் அனைவரையும் முன்னோக்கிச் செலுத்துகின்றன என்பதை

உறுதிப்படுத்திக் கொள்ளுங்கள். அதே நேரம் உங்களுக்கான இலக்கு உங்களுக்குச் சொந்தமானது என்பதையும் அறிய வேண்டும். அதை அடைவதில் உங்களுக்கு இருக்கும் ஆர்வமும் உழைப்பும் முக்கியமானது.

உங்கள் தொழிலில் நீங்கள் பல படிகள் முன்னேற நினைப்பது எதார்த்தமான ஒன்று. ஆனால் அரசியல் அனுபவமோ ஆதரவோ இல்லாமல் பிரதமராகவேண்டும் என்ற குறிக்கோளை ஏற்படுத்திக் கொள்வது எதார்த்தம் இல்லாதது. எதார்த்தமான இலக்கு ஒன்றை எப்படி நிர்ணயம் செய்யலாம்? இது மதிப்புக்குரியதாகத் தோன்றுகிறதா? இது சரியான நேரமா? இது நமது மற்ற முயற்சிகள்/தேவைகளுடன் பொருந்துகிறதா? இந்த இலக்கை அடைய நான் சரியான நபரா? தற்போதைய சமூக-பொருளாதாரச் சூழலில் இது பொருந்துமா?

உதாரணமாக... உங்கள் நிறுவனத்தில் சந்தைப்படுத்தலின் தலைவராக ஆவதற்கான திறன்களைப் பெற நீங்கள் விரும்பலாம், ஆனால் தேவையான பயிற்சியை மேற்கொள்வதற்கு இது சரியான நேரமா அல்லது கூடுதல் தகுதிகளை நோக்கிச் செயல்படுமா? சந்தைப்படுத்தும் பொறுப்புக்கு நீங்கள்தான் சரியான நபர் என்பதில் உறுதியாக இருக்கிறீர்களா? உங்கள் கூட்டாளியின் இலக்குகளை நீங்கள் கருத்தில் கொண்டீர்களா? உதாரணமாக, உங்கள் குடும்பத்தில் இப்போது உங்கள் கவனம் அதிகம் தேவைப்படும் என்றால், உங்களால் பயிற்சிகளுக்கு நேரம் ஒதுக்க முடியுமா? கட்டணம் கட்டுவது போன்ற செலவினங்களைச் சமாளிக்க முடியுமா? குடும்பத்தினரின் ஆதரவு இருக்கிறதா என்ற கேள்விகளும் அதற்கான பதில்களும் முக்கியம்.

5. காலக்கெடு

ஒவ்வொரு இலக்கிற்கும் அதை நிறைவேற்றி முடிக்கக் கெடுவான தேதி தேவை., எனவே நீங்கள் காரியத்தில் கண்ணாக இருந்து கவனம் செலுத்த ஒரு காலக்கெடு அவசியம் தேவை.

SMART இலக்கின் பகுதியான காலக்கெடுவுக்கான இலக்கு பொதுவாக இந்தக் கேள்விகளுக்குப் பதிலளிக்கும்:

எப்பொழுது?

சந்தைப்படுத்துதலின் தலைவராக ஆக வேண்டிய பயிற்சிகளை ஆறு மாத்திற்குள் முடிக்க வேண்டும். ஆனால், அது சரியான காலம்தானா? பயிற்சிகளை அந்தக் காலக்கெடுவிற்குள் முடிக்க எல்லாவித வசதிகளும் இருக்கின்றனவா? இன்று நான் என்ன செய்ய முடியும்? ஆறுமாதகாலத்தில் முடிக்க வேண்டிய பயிற்சிகள் ஒவ்வொன்றுக்கும் இதுபோல SMART குறிக்கோள் எழுதிப்பழகினால் முடிக்க முடியும்.

சந்தைப்படுத்துதலின் துறைத் தலைவராக ஆவதற்கான திறன்களைப் பெறுவதற்குக் கூடுதல் பயிற்சி அல்லது அனுபவம் தேவைப்படலாம். இந்தத் திறன்களைப் பெற எவ்வளவு நேரம் ஆகும்? சில தேர்வுகள் அல்லது தகுதிகளுக்கு நீங்கள் தகுதி பெற, உங்களுக்குக் கூடுதல் பயிற்சி தேவையா? உங்கள் இறுதி நோக்கத்தை அடைவதற்குத் தேவையான சிறிய இலக்குகளை நிறைவேற்றுவதற்கான யதார்த்தமான காலக்கெடுவை உங்களுக்கு வழங்குவது முக்கியம்.

ஸ்மார்ட் இலக்குகளின் நன்மை தீமைகள்

ஸ்மார்ட் என்பது ஒரு பயனுள்ள கருவியாகும். இது தெளிவு. உங்கள் நோக்கங்களை வரையறுத்து, நிறைவுத் தேதியை அமைக்க உதவுகிறது. உங்களை ஊக்குவிப்பதன் மூலம் அவற்றை அடைவதற்கான உங்கள் திறனையும் மேம்படுத்தலாம். சிறப்புக் கருவிகள் அல்லது பயிற்சியின்றி எவரும், எங்கும், ஸ்மார்ட் இலக்குகளை எளிதாகப் பயன்படுத்தலாம். இது படிப்படியாக உங்களின் நேரத்தை விரயம் செய்யும் வேலைகள் தவிர்த்து, முக்கியமான செயல்களில் கவனம் குவிய உதவும்.

ஸ்மார்ட் இலக்குகள் பற்றி அடிக்கடி கேட்கப்படும் கேள்விகள்

SMART எதைக் குறிக்கிறது?

SMART என்பது குறிப்பிட்ட, அளவிடக்கூடியது, அடையக் கூடியது, தொடர்புடையது மற்றும் காலக்கெடுவைக் குறிக்கிறது.

நான் எப்படி ஒரு SMART இலக்கு திட்டத்தை எழுதுவது?

நீங்கள் எதைச் சாதிக்க வேண்டும் என்பதைக் கேட்பதன் மூலம் தொடங்கவும். இது உங்கள் இலக்கை குறிப்பிட்டதாக மாற்றும். உங்கள் இலக்குகளை அளவிடவும், அளவிடக்கூடிய

இலக்குகளைக் கண்காணிப்பது எளிதானது. எனவே மைல் கற்களை உருவாக்குங்கள். உங்கள் இலக்கு அடையக்கூடியதாக இருக்க வேண்டும். உங்கள் வசம் உள்ள வளங்களைக் கொண்டு இது ஏதாவது செய்ய முடியுமா?

நீங்கள் ஏன் இந்த இலக்கை அமைக்கிறீர்கள் என்று சிந்தியுங்கள். இது உங்கள் வாழ்க்கையை அல்லது தொழிலை எவ்வாறு மேம்படுத்தும்? இதுவே பொருத்தமானதாக அமைகிறது.

உங்கள் இலக்கை நீங்கள் எப்போது அடைய வேண்டும் என்பதைத் துல்லியமாக அறிந்து கொள்ளுங்கள். ஓர் உறுதியான அட்டவணையை ஏற்படுத்திக்கொள்ளுங்கள். SMART என்பது நன்கு நிரூபிக்கப்பட்ட வழிமுறையாகும், அதை நீங்கள் திட்டமிட்டு உங்கள் இலக்குகளை அடையப் பயன்படுத்தலாம்.

நீங்கள் SMARTஐப் பயன்படுத்தும்போது, தெளிவான, அடையக்கூடிய மற்றும் அர்த்தமுள்ள இலக்குகளை உருவாக்கலாம், மேலும் அவற்றை அடையத் தேவையான உந்துதல், செயல் திட்டம் மற்றும் ஆதரவை உருவாக்கலாம்.

பணிகளைப் பகிர்ந்து கொடுத்தல் (Delegation)

பணிகளைப் பகிர்ந்து கொடுத்தல் என்பது ஒரு முக்கிய மேலாண்மைத் திறன். ஆனால் சிலருக்கு, அதை நடைமுறைப்படுத்துவது மிகவும் கடினம். மேலாளர்கள் பணியைப் பிரித்து உடன் இருக்கும் உறுப்பினர்களிடம் கொடுப்பதில் சிலருக்குத் தயக்கங்கள் இருக்கும். முக்கியமாக, பணியைத் தாங்களாகவே செய்து முடிப்பதைவிட அதை விளக்க அதிக நேரம் எடுக்கும் என்று எண்ணுங்கள்.

தனக்குத் தெரிந்த திறனை அடுத்தவரிடம் கொடுக்காமல் தானே பாதுகாக்க விரும்புபவர்கள், சில பணிகளைத் தானே முடித்து அந்த மகிழ்ச்சியை அனுபவிக்க இருப்பவர்கள், மற்றொரு பணியாளரின் செய்ய வேண்டிய பட்டியலில் அதிக வேலைகளைச் சேர்ப்பது பற்றி குற்ற உணர்ச்சியாக இருங்கள்

திட்டத்தை யாருக்கு மாற்ற வேண்டும் என்பதில் நம்பிக்கை இல்லாத்து. காரணம் எதுவாக இருந்தாலும், திறமையைத் தொடர்ந்து மேம்படுத்துவது முக்கியம். ஏனெனில்

மற்றவர்களிடம் வேலையைப் பகிர்ந்து கொடுக்காமல் தொடர்ந்து செய்வது எதிர்மறையான விளைவுகளை ஏற்படுத்தும். உங்கள் அட்டவணையில் கூடுதல் வேலைகள் சேரச்சேர அதிக மன அழுத்தம் ஏற்படும். இது தவறான பணிகளுக்கு முன்னுரிமை கொடுப்பது மட்டுமல்லாமல், உங்கள் குடும்பம் அல்லது அலுவலக உறுப்பினர்களின் நம்பகத்தன்மையை இழக்க வைக்கும்.

ஒரு நிர்வாகக் கண்ணோட்டத்தில், ஒரு மேலாளர் தங்கள் ஊழியர்களுக்கு குறிப்பிட்ட பணிகளை ஒதுக்கும்போது உறுப்பினர்களுக்கும் முக்கியத்துவம் ஏற்படுகிறது. குழு உறுப்பினர்களுக்கு அந்தப் பணிகளை ஒப்படைப்பதன் மூலம், மேலாளர்கள் அதிக மதிப்புள்ள நடவடிக்கைகளில் கவனம் செலுத்துவதற்கு நேரத்தை ஏற்படுத்திக்கொள்கிறார்கள், அதே நேரத்தில் பணியாளர்களை அதிகச் சுயாட்சியுடன் ஈடுபடுத்துகிறார்கள்.

குடும்ப அமைப்பிலும், உங்கள் குழந்தைகள், வயதான பெற்றோர்கள் ஆகியோருக்கு அவரவர்க்கான பணிகளைப் பிரித்துக் கொடுப்பதால், மகிழ்ச்சி கூடும். வேலையும் எளிதாக முடியும். Gallup ஆய்வின்படி, வேலையைப் பகிர்ந்து கொடுக்கும் தலைவர்கள் 33 சதவிகிதம் அதிக வருவாயை உருவாக்குகிறார்கள். இந்த நிர்வாகிகள் தங்களால் எல்லாவற்றையும் தனியாகச் செய்ய முடியாது என்பதை அறிந்திருக்கிறார்கள். நம்பிக்கை வைத்து தங்கள் குழு உறுப்பினர்களுக்குத் திறன்களைச் சொல்லிக்கொடுக்கிறார்கள். இதுபோல ஊழியர்களுக்கு அதிகாரம் அளிப்பது அவர்களுடைய மன உறுதியை அதிகரிக்கிறது. இதனால் உற்பத்தித்திறன் அதிகரிக்கிறது. எனவே கூடுதல் நேரம் கூட உழைக்கிறார்கள். இந்தத் தலைவர்கள், நிறுவனத்தை வளர்க்கும் மற்றச் செயல்பாட்டில் ஈடுபடுகிறார்கள்.

இதே போலக் குடும்ப அமைப்பிலும் வேலைகளைப் பகிர்ந்து கொடுப்பதன் மூலம், அதே ஆதரவைப் பெற முடியும். காரியங்களைச் சிறப்பாக முடித்து மற்ற காரியங்களிலும் ஈடுபட முடியும்.

5. முன்னுரிமை

நாம் செய்ய வேண்டிய பணிகள் அட்டவணையில் எந்த தர வரிசையில் இருக்கின்றன என்பது அதன் முக்கியத்துவத்தின் அடிப்படையில் மாறும். உதாரணமாக, சில காரியங்கள் உங்களின் சக்திக்குள் மட்டும் அல்லாது வேறு புறக் காரணிகளால் கட்டுப்படுத்தப்படும். எடுத்துக்காட்டாக, உங்கள் குழந்தைகளின் பள்ளியில் ஏதேனும் திட்டம் வரையச் சொல்லியிருந்தால், அவர்கள் கொடுக்கிற கெடு உங்கள் சக்தியை மீறியது. ஆனால் அந்த திட்டத்திற்கான முகாந்திரங்களைச் செய்வது உங்களுடைய கட்டுப்பாட்டிற்குள் இருக்கிறது. குழந்தைகளிடம் எப்போது என்ன செய்ய வேண்டும் என்பதைத் தெளிவாகச் சொல்லி அதைச் செய்ய உதவலாம். அதற்கேற்ற முன்னுரிமை அதன் காலக்கெடுவை பொறுத்து அமையும்.

இதுவே நிறுவனங்களில் திட்டங்கள் கூட முன்னுரிமைப் பட்டியலில் மேலும் கீழும் நகரும்.

ஒரு நிறுவனத்தை மாற்ற உதவும் முன்முயற்சிகளுக்கு முன்னுரிமை அளிப்பதில் தலைமை நிர்வாக அதிகாரிகள் மற்றும் பிற மூத்த நிர்வாகிகளுக்கு உதவி தேவை. உதாரணமாக, முதன் முதலில் செயற்கை நுண்ணறிவின் உதவி கொண்டு chatbot வெளியிடப்பட்டது. உடனே கூகிள் அவசரப்பட்டு அவர்களுடைய பார்ட்-ஐ வெளியிட நிறைய குழப்பங்கள்.

எந்த திட்டம் எப்போது எப்படி பூர்த்தி செய்ய வேண்டும் என முடிவெடுப்பது நிறுவனங்களின் சந்தைப்படுத்தலை பாதிக்கச் செய்யும்.

முன்னுரிமை வழங்குவதில் தோல்வி என்பது ஒரு நிறுவனத்தின் தோல்வியாக மாறும். மூத்த நிர்வாகிகள் அதை அங்கீகரித்து, முன்னுரிமைப் பட்டியலைத் தயார் செய்ய வேண்டும். மாற்றத்திற்கான நிறுவன அளவிலான ஒப்புதலைப் பெற வேண்டும். பின்னர், அனைத்து மேலாளர்களும்-தங்களால் தொடங்கி -அந்த திட்டம் வெற்றிகரமாகச் செயல்பட அதற்கான SMART குறிக்கோள்களை நிறுவ வேண்டும்..

முன்னுரிமைப்படி பட்டியல் தயாரிப்பதில் என்ன தடைபாடுகள்?

அரசியல் மாற்றங்கள், புறக் காரணிகள் நிறுவன நிதி நிலைமை ஆகியன தடைக்கற்களாகலாம்.

மாற்றத்திற்கான முன்முயற்சிகளுக்கு முன்னுரிமை அளிப்பதிலும், நிறுவனத்தின் இலக்குகளை அடையவும் என்ன செய்ய வேண்டும், எப்போது செய்ய வேண்டும், என்ன செய்யத் தேவையில்லை என்பதைத் தீர்மானிக்கத் தலைவர்களின் ஒப்புதலும் தேவை.

தங்கள் நிறுவனத்திற்கான முன்முயற்சிகளுக்கு முன்னுரிமை அளிக்கப் போராடும் பெரும்பாலான நிர்வாகிகள் பின்வரும் எட்டுச் சவால்களில் ஒன்று அல்லது அதற்கு மேற்பட்டவற்றை எதிர்கொள்கின்றனர்.

எந்த திட்டமானாலும் அது நிறுவனத்தின் வளர்ச்சிக்கு அவசியமே. ஆனால் நிறுவனத் தலைவர்களுக்கு சில திட்டங்களில் அதிக சார்பு இருக்கும்.. அதிகம் செய்வது மாற்றத்தை துரிதப்படுத்தும் என்பது மேலோங்கி வரும் எண்ணம். இதன் விளைவாக, முன்முயற்சிகளின் பட்டியலை வழங்கும்போது, சில நிர்வாகிகள் அதில் திட்டங்களை வரிசைப்படுத்தத் திணறுகிறார்கள். உண்மையில், முன்னுரிமை கொடுக்கத் தவறினால், அடிக்கடி வெற்றி வருவது ஒத்திப்போடப்படுகிறது.

1.முரண்பட்ட திட்டங்களில் இருந்து களையெடுத்தல் அவசியம். பெரும்பாலும், நடந்து கொண்டிருக்கும் பல்வேறு முன்முயற்சிகள் ஒன்றுக்கொன்று முரண்படுவதும் அல்லது ஒன்றின் நகலாக இன்னொன்று இருப்பதற்கான சாத்தியங்களும் அதிகம். நிர்வாகிகளுக்கு அந்தத் திட்டங்களை அடையாளம் காண்பதில் சிக்கல் இருந்தால், அந்த முயற்சிகளுக்கு முன்னுரிமை அளிப்பது கடினமாகும். துரதிர்ஷ்டவசமாக, முன்னுரிமைப் பட்டியலில் தேர்வு செய்யாதது, சிக்கலான ஒரு சூழலை ஊக்குவிக்கும். திட்டங்கள் பெருகும்போது, இவ்வாறாக முரண்பட்ட திட்டங்களைக் காண்பது அரிதாகிறது.

2. குழு மனப்பான்மை அன்றி தனித்துச் செயல்படுவது: சில மூத்த நிர்வாகிகள், நிறுவனத்தில் தங்களுடைய சகாக்களுடன் வேலை செய்வதை விட, தங்கள் சொந்த முன்னேற்றத்திற்காக தங்கள் முடிவுகளைச் செயல்படுத்துகின்றனர். இந்த தவறான நடவடிக்கை, ஒட்டுமொத்த நிறுவனத்திற்கான முன்முயற்சிகளுக்கு முன்னுரிமை அளிப்பது வெற்றியைக் கடினமாக்குவது மட்டுமல்லாமல், நட்டத்திலும் கொண்டுவிடும். இரண்டாம்-வரிசை விளைவுகளை கருத்தில் கொள்ளாததால், துணைத் தீர்வுகளையும் உருவாக்குகிறது. இதுபோல வீடுகளில்கூடச் சில குடும்பத்தலைவர்கள், ஆணாக இருக்கும பட்சத்தில் எல்லா நிதித் திட்டங்களையும் தனியாகவே செய்கிற பழக்கம் உள்ளவர்கள். அவர்களது மனைவியைக் கலந்து கொள்ளாமல் செய்வதால், திடீரென ஓர் இடர்ப்பாடு நேரும் போது அந்தப் பெண்ணால் எதுவுமே செய்ய முடியாத சூழலும் அடுத்தவர் உதவியை நாடும் சூழலும் உருவாகும்..

3. ஒரு வேலையைச் செய்யும் சூழல் கடினமாகிவிடலாம். சூழல் மாற்றத்தினைப் பற்றிய ஒரு புரிதல் இருந்தால், மாற்றத்திற்கான திட்டமிடலையும் சேர்த்துச் செய்ய முடியும். மாற்றத்திற்கான ஆய்வுகளுக்காக காத்திருந்தல், முக்கியமான தரவுகளின் தேவை ,மற்ற திட்டங்களை நினைத்த வண்ணம் செய்வதைத் தடுக்கலாம். மாற்றத்தினை அங்கிகரிக்கத் திட்டமிடுகின்ற கட்டத்தில், சில நிறுவனங்கள் முன்முயற்சிகளின் திட்டமிடப்பட்ட விளைவுகளைப் பற்றிய மிகத் துல்லியமான தரவைக் கோருகின்றன. அந்தத்

தேவை, மிகச்சிறிய திட்டங்களை விரைவாக முடிப்பதற்கான நிர்வாகிகளின் முயற்சிகளுக்கு தடை போடலாம்.

4. ஒவ்வொரு தொழிலுக்கும் காலச் சூழல், அவற்றின் தேவைக்கேற்ப அதன் போக்கு (Trend) மாறும்.. ஒவ்வொரு தொழில் துறையிலும் ஒரு தற்போதைய சூழலுக்கு ஏற்ற போக்கு உள்ளது. தற்போதுள்ள போக்கைப் (current trend) பின்தொடர்வதற்கான அழுத்தம், செயல்திட்டங்களைச் சரியாக மதிப்பிடுவதற்கும், வணிகத் தேவைகளைப் பூர்த்தி செய்யத் தேவையான முடிவுகளை எடுப்பதிலும் நிர்வாகிகளுக்குத் தடையாக இருக்கலாம். தற்போதைய போக்கைப் பின்பற்றுவதற்கான அழுத்தம் வணிகத் தேவைகளைப் பூர்த்தி செய்யும் திட்டங்களைத் தேர்ந்தெடுக்கும் நிர்வாகிகளின் திறனைத் தடுக்கலாம்.

5. அடிப்படைகளைத் தவிர்ப்பது. சில மூத்த நிர்வாகிகள் ஏற்கனவே உள்ள அடிப்படைகள் இல்லாமல் அடுத்தநிலைத் திட்டங்களை முயற்சி செய்கிறார்கள். எடுத்துக்காட்டாக, ஒரு நிறுவனம் பயனற்ற அல்லது திறமையற்ற செயல்முறையை தானியங்குபடுத்தலாம் அல்லது டிஜிட்டல் மயமாக்கலாம். இது மணலில் கோட்டை கட்ட முயல்வது போன்றது. தேவையற்ற செயல்களைத் தானியங்கி முறையில் மாற்றுவதால் என்ன பலன் இருக்கப் போகிறது?

6. உரத்த குரலைப் புறக்கணித்தல். அனுபவமுள்ள மேலாளர்கள் பெரும்பாலும் தங்களுக்குப் பிடித்த திட்டங்களைப் பாதுகாக்க முயல்கின்றனர். அவற்றிடம் தங்களுக்கு உள்ள சார்பு நிலையால், அதற்கே முன்னுரிமை கொடுக்கிறார்கள். இந்த மேலாளர்களின் நீண்ட பதவிக் காலத்தைக் கருத்தில் கொண்டு, மூத்த நிர்வாகிகள் பெரும்பாலும் நிறுவனத்தின் நீண்ட நாள் இலக்குகளைப் பற்றி சிந்திக்காமல், அவர்களின் கருத்துக்கு முக்கியத்துவம் கொடுக்கிறார்கள். இந்தச் சூழலை வீடுகளில் கூடக் காணலாம். வீட்டில் உள்ள வயதான மூத்த தலைமுறைக்கு ஒரு பண்டிகை அந்தக் குறிப்பிட்ட நாளில் கொண்டாடுவதில் சார்பு அதிகம் இருக்கலாம். அவர்களைத் திருப்திப்படுத்த நாம் அன்று இருக்கும் முக்கிய வேலைகளைப் புறந்தள்ளினால், கடைசியில் பாதிக்கப்பட போவது நாம்தான்.

எனவே சார்பு நிலைகளைக் கண்டு, அவர்களிடம் புரிந்து கொள்ளும் வகையில் விவரிக்க வேண்டும். வேறொரு நாளில் அந்தக் கொண்டாட்டங்களை எப்படிச் செய்யலாம் என்பதையும் விளக்க வேண்டும்.

7. ஆழமான பிரச்சனை. செய்ய வேண்டிய காரியங்களை முன்னுரிமையின் படி தரவரிசைப்படுத்துவது அலுவலகங்களில் மட்டும் அல்ல... வீடுகளிலும் மிக இன்றியமையாதது. எப்படி உடல்நலம் சரியில்லாதபோது நோயுற்றவரைக் கவனிப்பது எல்லாவற்றையும் விட முன்னுரிமை பெறுகிறதோ அதே போல, அலுவலகங்களிலும் தொற்றுநோய் தொடர்பான நடவடிக்கைகள் நேரடியாக முன்னுரிமைப் பட்டியலில் முதலிடத்திற்குச் சென்றன, மேலும் நீண்ட கால திட்டங்கள் நிறுத்தி வைக்கப்பட்டன.

எவ்வாறாயினும், இப்போது பல நிறுவனங்கள் டிஜிட்டல் மயமாக்கல் மற்றும் உலகளாவிய பொருளாதார மந்தநிலையின் அழுத்தங்களுக்கு மத்தியில் ஒரு மாற்றத்தை விரும்புகின்றன.. எடுத்துக்காட்டாக, செயல்முறைகளை மிகவும் திறம்படச் செய்ய அல்லது வணிக மாதிரியை மறுபரிசீலனை செய்ய, மதிப்பை உருவாக்குவதற்கான பெரிய, குறுக்கு-செயல்பாட்டு (cross sectional) நிரல்களை அவர்கள் உருவாக்குகிறார்கள். ஆனால் பயனுள்ள முன்னுரிமை இல்லாமல், நிறுவனங்கள் பெரும்பாலும் இடையூறுகளையே சந்திக்கின்றன. மற்றும் மிக முக்கியமான திட்டங்களில் ஊழியர்கள் கவனம் செலுத்தத் தவறிவிடுகின்றனர்.

மாற்றுத் திட்டங்களின் வெற்றிக்கு முன்னுரிமை அளிப்பது அவசியம். ஒரு நிறுவனம் தன் மதிப்பை உயர்த்திக்கொள்ள இது போன்ற தேவையான மாற்றங்கள் அவசியம்.. மூத்த நிர்வாகிகள் தங்கள் திறமைகளை மூன்று வழிகளில் கணிசமாக மேம்படுத்திக்கொள்ளலாம்.

ஒரு நனவான செயல்முறைக்கு முன்னுரிமை அளித்து, அதை நிறுவனத்தின் மூலத் திட்டத்துடன் இணைக்கவும். குறிப்பிடத்தக்க மாற்றங்களைச் செய்யும் போது பணிகளைத் தரவரிசைப்படுத்தும் பட்டியலைத் தயாரிக்க இது உதவுகின்றது.

நிர்வாகிகள் தொடக்கத்திலிருந்தே உருமாற்றச் செயல்முறையில் முன்னுரிமை நிலையை உருவாக்க வேண்டும் - அவர்கள் உணர்வுபூர்வமாக மதிப்பீடு செய்து திட்டங்களைத் தேர்ந்தெடுக்கும் முறையைப் பின்பற்றுகிறார்கள். முன்னுரிமை நிலை முழுவதும், கேட்கப்பட வேண்டிய முக்கிய கேள்வி முன்முயற்சி வணிக உத்தியைச் செயல்படுத்த உதவுகிறதா அல்லது நிறுவனத்தை அதன் இலக்குகளை நெருங்கச் செய்யுமா? முன்னுரிமை நிலை இல்லாமல், நிர்வாகிகள் பெரும்பாலும் முக்கியமான பணிகளுக்கு நிதி ஒதுக்க, மனிதவளம் ஒதுக்க அல்லது தேவையான இட வசதி அளிக்க தவறிவிடுகிறார்கள்,

8. டி-ஷர்ட் அளவு அணுகுமுறையைப் பயன்படுத்தி முன்னுரிமைகளை அமைப்பது சாலச் சிறந்தது. டி-ஷர்ட்கள் போன்ற சாதாரண ஆடைகள் சிறிய, நடுத்தர மற்றும் பெரிய அளவுகளில் விற்கப்படுகின்றன. ஏனெனில் இது போன்ற குறிப்பிட்ட தேர்வுகள் வாடிக்கையாளர்கள் தேர்வு செய்வதை எளிதாக்குகிறது. அதே சிந்தனையை முன்முயற்சிகளை முன்னுரிமைப்படுத்த ஆகும் செலவு, ஆகும் நேரம், தற்போதைய தேவை ஆகியவற்றின் அடிப்படையில் உபயோகிக்கலாம்..

இந்த அணுகுமுறை, முக்கிய நோக்கங்களை ஆதரிக்காத திட்டங்களை ஒத்திப்போட உதவுகிறது. மீதமுள்ள முயற்சிகளுக்கான, முடிவுகளை எடுப்பது மிகவும் நுணுக்கமாக இருக்கும். நிர்வாகிகள் ஒரு திட்டத்தின் செலவு மற்றும் அதன் தாக்கத்தைப் பகுப்பாய்வு செய்ய வேண்டும். எடுத்துக்காட்டாக அந்தத் திட்டத்தை முடிக்க ஆகும் நேரம், அந்த நேரத்திற்காக ஆகும் செலவு ஆகியவற்றைக் கணக்கில் கொள்ள வேண்டும்.

திட்டத்தைச் செயல்படுத்தவும் முன்னுரிமைகள் தெளிவாகத் தெரிவது அவசியம். ஒரு திட்டம் உருவாக்கப்பட்டு அது செயலாக்க அனைவரும் ஒத்துழைத்து உழைக்க வேண்டிய நேரம். அதற்கு ஒழுக்கம் அவசியம். கடினமான ஆனால் தேவையான தேர்வுகளைத் தொடர்ந்து செய்யும் மூத்த தலைவர்கள் மற்ற மேலாளர்களுக்கு அதிகாரம் அளிக்கும் முன்மாதிரியை உருவாக்குகிறார்கள்.

பல நிறுவனத் தலைவர்கள் மற்றும் மூத்த நிர்வாகிகளுக்கு, தங்கள் கீழான திட்டங்களுக்கு முன்னுரிமைப் படி பட்டியல்

அமைப்பது கடினம். தங்கள் எண்ணத்தில் குறைவான மதிப்புடைய முன்முயற்சிகளைத் தேர்ந்தெடுப்பதன் மூலம், அவை நிறுவனத்திற்கு அதிக மதிப்பை உருவாக்க முடியும் என்பதும் எதிர்மறையாகத் தெரிகிறது. இருப்பினும், வெற்றிகரமான மாற்றங்கள் அனைத்து மேலாளர்களின் முன்னுரிமைகளை அமைக்கும் திறனைப் பொறுத்தது, பற்றாக்குறை வளங்களை நிர்வகித்தல் அவர்களின் நிறுவனத்திற்கு தெளிவான வழிகாட்டுதலை வழங்குகின்றன. எனவே, மூத்த நிர்வாகிகள் தங்கள் திறமையை மேம்படுத்துவது மட்டுமல்லாமல், முன்னுரிமை அளிக்கும் முன்மாதிரியாக மாறுவதன் மூலமும் நிர்வாகயியலில் முன்னணியில் இருக்க வேண்டும். இதனால் நிறுவனம் அதன் இலக்குகளை அடைய முடியும்.

பெரும்பாலான நிறுவனங்கள் தங்களின் ஊழியர்களுக்கான பாதுகாப்புக்காக நிறைய நிதி ஒதுக்க வேண்டியிருகிறது. திட்டங்களை அறிந்து கொண்டு அவற்றைத் தரவரிசைப்படுத்தி முன்னுரிமை தர வரிசையை அட்டவணைப்படுத்த வேண்டும். முன்னுரிமைப்படுத்துதல் என்பது எந்தச் செயல்கள் மிகவும் குறிப்பிடத்தக்க தாக்கத்தை ஏற்படுத்தும், எது மிக முக்கியமானவை மற்றும் மிகவும் சாத்தியமானவை என்பதை தீர்மானிக்கும் செயல்முறையாகும்.

முன்னுரிமைக்கான அளவுகோல்கள்

பாதுகாப்பு நடவடிக்கைகளுக்கு முன்னுரிமை அளிக்கும்போது மூன்று அளவுகோல்களைக் கருத்தில் கொள்வது உதவியாக இருக்கும்.

முதலாவது தாக்கம். ஒரு செயல் எந்த அளவிற்கு நிறுவனத்தின் சேகரிப்புகளைப் பாதுகாப்பதை மேம்படுத்தும் என்று அறிவது. தாக்கத்தை மதிப்பிடுவதற்கு, பின்வரும் கேள்விகளைக் கேட்கவேண்டும். ஒரு குறிப்பிட்ட செயலைச் செயல்படுத்துவது சேகரிப்புகளைப் பாதுகாப்பதில் எந்த அளவிற்கு மேம்படும்? உடனடித் தாக்கம் எவ்வளவு பெரியது? இந்தச் செயலைச் செயல்படுத்துவதன் சாத்தியமான தாக்கம் என்ன? ஒரு செயலின் தாக்கம் எவ்வளவு அதிகமாக இருக்கிறதோ, அந்த அளவுக்கு அதன் முன்னுரிமையும் அதிகமாக இருக்கும். இதனை நாம்

செய்யும் தினசரித் திட்டமிடலில் கூடப் பயன்படுத்தலாம். எந்த ஒரு செயலைச் செய்வதனாலும் அதனால் குடும்பத்திற்கும் தன் தனிப்பட்ட அலுவலக வேலைக்கும் என்ன தாக்கம் ஏற்படும் என யோசிக்க வேண்டும்.

இரண்டாவது சாத்தியக்கூறுகள். ஒரு செயலைச் செயல்படுத்துவதற்கான சாத்தியக்கூறுகளையும் கருத்தில் கொள்ள வேண்டும். செயல்கள் அவற்றைச் செயல்படுத்துவதற்குத் தேவைப்படும் நேரம் மற்றும் தேவையான நிதிகளில் வேறுபடுகின்றன. சில செயல்படுத்த எளிதானது, மற்றவை சாத்தியமற்றது. பல்வேறு நடவடிக்கைகளின் அரசியல் சாத்தியக்கூறுகளும் எதார்த்தமாக மதிப்பீடு செய்யப்பட வேண்டும். நீங்கள் ஒரு செயலைச் செயல்படுத்துவது சாத்தியமில்லை என்றால், அதன் தாக்கம் அதிகமாக இருக்கும் என எதிர்பார்த்தாலும் அதற்கு குறைந்த முன்னுரிமை கொடுக்கப்படலாம்.

கருத்தில் கொள்ள வேண்டிய மூன்றாவது அளவுகோல் ஒரு செயலின் அவசரம். டார்லிங் என்ற அறிவியலாளர், ஒரு செயலைச் செயல்படுத்தக் காத்திருக்கும் பட்சத்தில் அந்தச் செயல் மிக முக்கியமானது உடனே செய்ய வேண்டியது எனக் கருதலாம் என்று விளக்குகிறார். அது மேலும் சிக்கல்களை ஏற்படுத்தும் அல்லது வெற்றிக்கான வாய்ப்புக்களைத் தவிர்க்கும்.

முன்னுரிமையில் செல்வாக்கு செலுத்தும் காரணிகள்

எந்த ஒரு செயலுக்கும் முன்னுரிமை கொடுக்க வேண்டுமானால், சேகரிப்பில் உள்ள பொருட்களின் பயன்பாடு, சேமிப்பு, நிலை மற்றும் மதிப்பு ஆகியவற்றைக் கருத்தில் கொள்ள வேண்டியது அவசியம். குடும்பங்களில் கூடத் திடீரென ஒரு விலை உயர்ந்த பொருள் வாங்க வேண்டுமானல் கூட இந்த அலசல் அவசியம். கருத்தில் கொள்ள வேண்டிய மற்றொரு காரணி, பொருட்களின் மதிப்பு. பொருட்களின் மதிப்பின் தன்மை (பணவியல், உள்ளார்ந்த, சங்கம், நூலியல்), அவற்றின் அரிதான தன்மை, அவற்றின் ஆதாரம் மற்றும் நிறுவனத்திற்கு அவற்றின் முக்கியத்துவம் ஆகியவற்றைக் கருத்தில் கொள்ள வேண்டும்.

பொருட்கள் எவ்வளவு காலம் பாதுகாக்கப்பட வேண்டும் மற்றும் எந்த வடிவத்தில் பாதுகாக்கப்பட வேண்டும் என்பது கூடுதலான முக்கியமான கருத்தாகும்.

9. செயல்படுத்தும் முன்னுரிமைகள்

ஒரு நிறுவனத்தின் வளர்ச்சிக்குக் காரணமாகச் செயல்படுத்தும் முன்னுரிமைகள் மிக முக்கியமான முன்னுரிமைகள். இந்த முன்னுரிமைகளை நிறைவேற்றியே ஆகவேண்டும், இவற்றைத் தீர்மானிக்க, ஒவ்வொரு செயலுக்கும் தாக்கம் மற்றும் சாத்தியக்கூறுகளின் அளவுகோல்களைக் கருத்தில் கொள்வது அவசியம். முன்னாள் அதிபர் ஒபாமா, செனேட்டராக இருந்த போது ஒரு முக்கியமான மசோதாவைக் கொண்டு வந்திருந்தார். ஆனால் அந்த மசோதா விசாரணைக்கு வந்த போது, அவருடைய மகளுக்கு உடல்நிலை சரியில்லை. அப்போது மனைவியுடன் சிறிய குழந்தையை விட்டுவிட்டுச் செல்வது சரியில்லை என்று தோன்றியதால், அதுவரை முன்னுரிமைப் பட்டியலில் இருந்த அந்த மசோதா விவாதம் இரண்டாம் நிலைக்கு தள்ளப்பட்டது. மனைவியோடு குழந்தை நலமாகும் வரை கூட இருந்தார். இதனால் அவருடைய அரசியல் வாழ்க்கையே முடிவுக்கு வரலாம் என்ற நிலை இருந்தபோதும் அவருக்கு அவர் குடும்பமே முக்கியமாக இருந்தது.

உங்கள் சக ஊழியர்களுடன் முன்னுரிமைகள் பற்றிய விவாதங்களில் ஈடுபட உங்கள் தனிப்பட்ட திறன்கள் அனைத்தையும் நீங்கள் கொண்டு வர வேண்டும். மற்ற துறைகளின் சிக்கல்கள் என்ன என்பதை நீங்கள் கவனித்துக் கேட்க வேண்டும் மற்றும் உங்கள் குறிப்பிட்ட துறை அல்லது நிபுணத்துவத்தின் தேவைகளை விட ஒட்டுமொத்த நிறுவனத்தின் தேவைகளுக்கு எது சிறந்தது என்பதில் கவனம் செலுத்த முடியும்.

இப்படி முன்னுரிமைகள் அடிக்கடி தேவைக்கேற்ப மாறிக் கொண்டே இருக்கும். நாளுக்கான வேலைகளை பட்டியல் போடுகிற போது இந்த முன்னுரிமைப்படி தரவரிசை செய்ய வேண்டியது அவசியம்.

6. தொகு

காலையில் எழுந்திருக்கும் போதே அன்றைக்குச் செய்து முடிக்க வேண்டிய வேலைகள் வரிசை கட்டிக்கொண்டு நின்று மலைப்பாக உணர்பவர்களில் நீங்களும் ஒருவரா?

அலுவலகம் சென்று மின்மடலைத் திறந்த உடனே ஆயிரக்கணக்கில் பதில் சொல்ல வேண்டிய அஞ்சல்களும் படிக்க வேண்டிய அஞ்சல்களும் நிறைந்து இருக்கிறதா?

ஒப்புதல் அளிக்க வேண்டிய திட்டங்கள், கட்டணம் செலுத்தக் கடைசித் தேதி என அன்றாடம் வரும் அலுவல்கள் ஆயிரம். அதிலும் பதின்ம வயது பிள்ளைகள் இருக்கும் வீடாக அல்லது சின்னக் குழந்தைகள் இருக்கும் வீடாக இருந்தால், பணிகள் இன்னும் அதிகம். இதை எப்படிச் சரியாகச் செய்யலாம்?

மிகப் பெரிய மருந்து நிறுவனமான மெர்க்கில் மிகப் பெரிய பதவியில் இருக்கும் கெவின் காம்ப்போஸ் பள்ளியில் படிக்கும் இரண்டு மகன்கள். அவருடைய மனைவியும் மிக உயர்ந்த பதவியில் இருக்கும் அதிகாரி. இருவரும் குழந்தைகளுடைய எந்த நிகழ்ச்சிக்கும் செல்லாமல் இருந்ததில்லை. மெர்க் போன்ற பன்னாட்டு நிறுவனங்களில், ஆராய்ச்சி செய்பவர்களும் பலவேறு நேரக்கோட்டில் வேலை செய்யும் அதிகாரிகளும் பல நேரங்களில் அஞ்சல்கள் அனுப்புவார்கள். எப்படி முடிகிறது?

அவர்கள் பிள்ளைகளின் பள்ளி ஆண்டு நாட்காட்டி வந்த உடனே, எந்த எந்த நாளில் அவர்கள் பிள்ளைகளுக்குப் பெற்றோர் ஆசிரியர் சந்திப்பு, விளையாட்டு நிகழ்வுகள்

இருக்கின்றனவோ அதைத் தன்னுடைய நாட்காட்டியில் குறித்துவிட்டு மற்ற நேரங்களுக்கு மட்டுமே தனக்கான குழு, விவாதச் சந்திப்புக்களை ஒப்புக்கொள்வார். இதனால், அவரால் தன் குழந்தைகளின் எதிர்பார்ப்பையும் பூர்த்தி செய்ய முடிந்தது. உலகிலேயே அதிகாரம் பொருந்திய அதிபராக இருந்த ஒபாமா கூட தன் மகள்களின் பள்ளி நிகழ்ச்சிகளில் தவறாமல் கலந்து கொண்டிருக்கிறார். மிகச் சிறந்த சிறுநீரக மாற்றுச் சிகிச்சை நிபுணர் செய்வதும் அப்படியே.

நம்முடைய தேவைகளையும் அலுவலகத் தேவைகளையும் சமன் செய்யக் கற்றுக்கொள்வது அவசியம்.

எப்படி நமது பணிகளைச் சின்ன கூறுகளாக அல்லது தொகுப்பாகப் பிரித்துச் செய்ய முடியும்?

ஒரே மாதிரியான திறன்கள் கோரும் ஒரே மாதிரியான பணிகளைத் தொகுப்பாக அல்லது கூறுகளாகச் சேர்த்துச் செய்வது எளிது. எடுத்துக்காட்டாக, ஒரு திட்டத்தின் கீழ் வரும் மின் அஞ்சல்களுக்கு ஒரு தொகுப்பாகப் பதில் செல்வதும் தேவையான முடிவுகள் எடுப்பதும் எளிது. ஏனெனில், நமது மூளைக்கு அந்தத் திட்டத்தை பற்றிச் சிந்தித்திருக்கும் போது அதைக் கையாள்வது எளிது. வந்த நேரப்படி அவ்வப்போது பதில் சொல்வதால், நமது மூளை ஒவ்வொரு திட்டத்திற்கும் மாறி மாறிச் சிந்திக்க வேண்டும். அது அவ்வளவு எளிதும் இல்லை, நமது தேவைக்கேற்ப மூளையால் மாறிச் சிந்திக்க அதிகம் நேரம் ஆகும். ஆனால் ஒரே தொகுப்பாகக் கையாளும் போது நமது சிந்தனை அந்தத் திட்டத்தில் மூழ்கி இருக்கும் போது நன்றாகவும் முடிவடையும், எளிதாகவும் இருக்கும். இது திட்டங்கள் படி காரியங்களைக் கூறுகளாகப் பிரித்துச் செய்வது.

இன்னொன்று நேரப்படி தொகுப்பாக அல்லது கூறுகளாகப் பிரிப்பது. தினமும் காலை அல்லது மதியம் ஒரு மணிக்கு அவ்வளவாக முக்கியத்துவம் அல்லாத நிர்வாகத் திறன் தேவையான மின்மடல்களுக்குப் பதில் அளிக்கலாம். எடுத்துக்காட்டாக, விடுமுறை கேட்டு வந்த மின்மடல்கள், ஏற்கெனவே விவாதித்து முடிவான நிதித்திட்டம், அல்லது செலவினங்கள் ஒப்புதல் அளிக்கும் காரியங்களைச் செய்யலாம்.

பணிகளை தொகுத்து பிரித்துச் செய்யும்போது மூளையின் திறன் சிந்தனை ஒரே பணியில் குவிந்திருக்கும். எனவே விளைவும் நன்றாக இருக்கும். பெர்க்லி பல்கலைக் கழகப் பேராசிரியர் சாகர் யூசுப் என்ற நரம்பியல் நிபுணர், மூளையால் ஒரே நேரத்தில் பல வேலைகளைச் செய்ய முடியாது என்பதைத் தனது ஆய்வுகள் மூலம் நிறுவியிருக்கிறார்.

தொகுப்பாக ஒருங்கிணைத்துப் பணி செய்யும் பொது நாம் நமது மூளையை மற்றப் பணிகளில் கவனம் சிதறாமல், கவலை கொள்ளாமல் இருக்கப் பழக்குகிறோம். நாம் ஒரு வேலையிலிருந்து கவனம் சிதறி இன்னோர் வேலையில் அல்லது வலைத்தளங்களில் செல்ல விட்டால், திரும்பப் பணியில் கவனம் வர 23 நிமிடங்கள் ஆகும். கூரிய கவனம் என்பது ஒரு வரம். அதைத் தேவையில்லாமல் சிதற விடக்கூடாது.

தினமும் செய்ய வேண்டிய வேலைகளை ஓர் அட்டவணைப் படுத்திக்கொள்ள வேண்டும். அந்த அட்டவணையைப் பார்த்து ஒன்றான திறன் அல்லது ஒத்த திட்டங்களை அதற்கேற்றாற்போல மாற்றி அமைத்துக்கொள்ள வேண்டும். நமது மூளை நாம் அறியாமலே அன்றைக்குச் செய்ய வேண்டிய பணிகளைத் திரும்பத் திரும்ப நினைத்துக்கொண்டே இருக்கும். அப்படி நினைப்பதால் சிந்தனை சிதறும். இதைத் தவிர்க்கத் தொழில் நுட்பத்தைப் பயன்படுத்தி செய்ய வேண்டிய செயல்களுக்கான அட்டவணையைத் தயாரித்துக்கொள்ளலாம். அந்த நினைவுத்திறனை, நமது மனதினுள் மாற்றிச் சிந்திக்காமல் செய்ய வேண்டிய வேலைகளை அட்டவணைக்கு மாற்றிவிடுவதால் மூளையின் சக்தி விரயம் தடுக்கப்படுகிறது. அந்த நேரத்திற்கு நினைவு படுத்த ஓர் எச்சரிக்கை எழுப்பொலி வைத்துவிட்டால், நமது மூளை அந்த வேலையைச் செய்ய வேண்டாம். விடுபட்ட மூளை, சிந்தையில் ஒருமித்து இருக்க முடியும். இந்த முறைக்குக் காரியங்களை முடித்தல் (get things done) என்று பெயர்.

நீங்கள் ஒரே மாதிரியான பணிகளை ஒன்றாகத் தொகுத்தவுடன், அந்தப் பணிகளை முடிக்க உங்களுக்குப் போதுமான நேரத்தைக் கொடுங்கள். தேவைப்பட்டால், உங்கள் நாட்காட்டியில் (calender) பணிகளைச் செய்து முடிக்கத் தேவையான காலத்தையும் சேர்த்துத் திட்டமிடவும். உங்கள் பணிக்கான

அர்ப்பணிப்பைத் தீர்மானிப்பதுடன் எப்போது ஓய்வு நேரம் இருக்கும், உங்கள் குழு உறுப்பினர்களைச் சந்திக்க நேரம் ஒதுக்க முடியும் என்பதையும் குறித்து விடுங்கள். எடுத்துக்காட்டாக, மின்னஞ்சல்கள் மற்றும் நிர்வாகச் செய்திகளுக்குப் பதிலளிப்பதற்குச் சுமார் 30 நிமிடங்கள் ஆகும் என்று வைத்துக்கொள்வோம். இந்த நேரத்தை நாளின் ஆரம்பத்தில் அல்லது மதியம் செய்யக் குறித்துக்கொள்ளலாம்.

நேரத்தைக் குறிக்கும் நுட்பத்தைப் பயன்படுத்துவதற்கான பொதுவான பிரச்சினை என்னவென்றால், அந்த வேலையை உங்களுடன் முடிக்கக் குழு உறுப்பினர்கள் வேறு பணிகளைச் செய்யாமல் இருக்க வேண்டும்.

உங்கள் நேரத் தொகுதிகளை உருவாக்கும் போது, குழு சந்திப்புகள் மற்றும் உணவு இடைவேளைகளைக் கணக்கில் எடுத்துக்கொள்ள மறக்காதீர்கள்! நம்முடைய நேரத்தை நாம் திட்டமிடும் போது அந்த நாளில் என்ன முக்கியமான வேலைகளைச் செய்து முடிக்க வேண்டும், ஒவ்வொன்றுக்கும் ஆகும் நேரம் என்ன, எப்படிச் செலவு செய்யப்போகிறோம் என்பதையும் சேர்த்தேத் திட்டமிட வேண்டும்.

சிந்தனை கூர்மையாக இருக்கும் போது சவாலான வேலைகளைக் கூட எளிதாக முடிக்க முடியும்.

ஒத்த பணிகளை ஒன்றாகத் தொகுத்துச் செய்யும் போது மூளையின் கவனச்சிதறல்களை வடிகட்டவும், நமக்கு முன்னால் உள்ள பணியை மட்டும் கவனிக்கவும் அனுமதிக்கிறது, எனவே உங்கள் மூளையின் அதிகபட்ச ஆற்றலுடன் நீங்கள் அதைச் செய்ய முடியும்.

நன்மைகள்:

1. சூழல் மாறுதல் உங்கள் கவனத்தைக் குறுக்கிடுவது மட்டுமின்றி, அது தவறு செய்யும் வாய்ப்பையும் அதிகரிக்கும். கலிபோர்னியாவில் உள்ள இர்வின் பல்கலைக்கழக ஆய்வாளர்கள் தொடர்ந்து குறுக்கீடுகள் உள்ள சூழலில் பணிபுரிவது மன அழுத்தத்தையும் விரக்தியையும் அதிகரிக்கிறது என்பதைக் கண்டறிந்துள்ளனர்.

2. அடிக்கடி சூழலை மாற்றுவது உங்கள் மூளை உற்பத்தி செய்யும் கார்டிசோலின் அளவை அதிகரிக்கிறது, இது உங்களை

மனரீதியாகச் சோர்வடையச் செய்து சக்தியை எரித்துவிடும். உங்கள் வேலை நாளை, ஒரு மலை ஏறும் பாதை போல நினைத்துப் பாருங்கள். நீங்கள் கவனம் செலுத்தும்போது, நீங்கள் பாதையில் தொடர்ந்து முன்னேறலாம். பாதையில் அழகான ஒரு மலர் இருக்கிறது. அதைப் பார்க்க உங்கள் நடையின் வேகம் தடைப்பட்டால் திரும்பிப் பாதைக்குச் செல்ல நேரமாகும்.

காரியங்கள் செய்யும் போதும் இது போன்ற கவனச் சிதறல்கள் சரியாக முடிக்க விடாததுடன் செய்வதற்கான நேரத்தையும் அதிகரிக்கின்றன- நீங்கள் தொடர்ந்து பல பணிகளைச் செய்யும்போது நீங்கள் எவ்வளவு வேலையை முடித்தீர்கள் என்பதைத் தெரிந்து கொள்வது கடினமாகும். எடுத்துக்காட்டாக, சமையலின் நடுவே ஏதேனும் தொலைபேசி அழைப்புகளில் 20 நிமிடம் செலவழித்தால், சமையல் முடிய நேரமாகும். உரையாடலின் சுவாரசியத்தில் எவ்வளவு நேரம் பேசினீர்கள் என்பதும் தெரியாது. உப்பு சரியான அளவில் போட்டீர்களா இல்லையா என்பதும் சந்தேகமாகிவிடும். எனவே, சமையலுக்கான நேரம் சரியாக அளவிட முடியாது. ஆனால், உங்கள் பணிகளை வேலைத் தொகுதிகளாகப் பிரிக்கும்போது, நீங்கள் என்ன செய்து முடித்தீர்கள் என்பது உங்களுக்கும் உங்கள் குழு உறுப்பினர்களுக்கும் தெளிவாகத் தெரியும். நல்ல முடிவுகளைப் பார்ப்பது, நாள் முழுவதும் நீங்கள் இன்னும் சிறப்பாகச் செயல்படுவதை ஊக்குவிக்கும்.

3. தனிநபர்கள் மற்றும் அணிகள் சமநிலையை மீண்டும் பெறுவதற்கான உத்திகள். தொகுப்பாக ஒத்த காரியங்களைச் சேர்ப்பது, நேரத்தை மிச்சப்படுத்துகிறது. ஒரே நாளில் செய்ய முடியாமல் போனால், அதி முக்கியமில்லா வேலைகளை ஒத்திப் போட அல்லது வேறு யாருக்கேனும் பகிர்ந்து அளிக்க எளிதாக இருக்கும். காலக்கெடு உங்களுக்கு ஒரு பிரச்சினையாக இருந்தால், மிகவும் சவாலான பணிகளைப் பின்னர் வரை தள்ளி வைப்பதற்குப் பதிலாக, அவற்றைத் தவிர்க்க உதவும். இதன் விளைவாக, நீங்கள் பின்னர் அதிக இடைவெளி / ஓய்வு நேரத்தை அனுபவிக்க முடியும்.

7. தொகுத்ததை வகு

நீங்கள் சின்னச் சின்னத் தொகுப்பாகப் பணிகளை பிரித்துக்கொள்ளப் பழகவில்லை என்றால், தொடங்குவது கொஞ்சம் கடினமாக இருக்கலாம். தொகுப்பாகப் பணிகளை பிரித்துக்கொள்ளும் உத்தியை அதிகம் பயன்படுத்தச் சில குறிப்புகள் கீழே:

அதிகச் சுறுசுறுப்பாக இருக்கும் நேரத்தில் மனதளவில் சவாலான பணிகளைத் திட்டமிடுங்கள்.

ஒவ்வொரு நபருக்கும் சிறப்பான பணிகளைச் செய்ய அவரவர்க்கு பிடித்தமான நேரம் இருக்கும். சிலரால் அதிகாலையில் சிறப்பாக வேலை செய்ய முடியும். மற்றவர்கள் மதிய உணவிற்குப் பிறகு ஆற்றலைப் பெறலாம். உங்களுக்கான காலகட்டம் எதுவாக இருந்தாலும், அந்த நேரத்தில் சிந்திப்பதும் அல்லது திட்டம் வகுத்தல் போன்ற மனரீதியாகச் செய்யக்கூடிய சவாலான பணிகளைத் திட்டமிடுங்கள்.

கவனம் செலுத்தும் நேரங்களில் உங்கள் கவனச்சிதறல்களைக் குறைக்க, ஏதேனும் அறிவிப்புகள் வருவதைத் தடுக்க வேண்டும்.

கணினியில் ஏதேனும் சமூக வலைத்தளங்கள் திறந்திருந்தால், அவற்றில் இருந்து வெளியேறவும்.

உங்கள் திரையில் ஒரு சிறிய அறிவிப்பு வெளிச்சம் அல்லது செய்தி, கவனத்தைச் சிதறடிப்பதற்குப் போதுமானது, மேலும் ஆழமான வேலையை ஊக்குவிக்க நீங்கள் அதை முடிந்தவரை தடுக்க வேண்டும்.

கவனம் செலுத்துவது எப்படி: திசைதிருப்ப விரல் நுனியில் பல விஷயங்கள் இருக்கின்றன.

நீங்கள் கூர்ந்த கவனத்துடனும் செயலில் இருக்கும்போது அதை உங்கள் குழுவுக்குத் தெரியப்படுத்துவது முக்கியம். அப்போது உங்கள் வேலையில் ஒரு நிலையை அமைப்பதன் மூலமோ, உங்கள் மின்னஞ்சலில் தானாகப் பதிலளிப்பதன் மூலமோ அல்லது உங்கள் நாட்காட்டியில் பொதுநாட்காட்டியைத் தடுப்பதன் மூலமோ இதைச் செய்யலாம்.

உங்கள் குழுவிடம் அவசரத் தேவையின்றி உங்களைத் தொந்தரவு செய்ய வேண்டாம் என்று அவர்களுக்குத் தெரியப்படுத்துங்கள். வீட்டினில் கூட கவனத்தைச் சிதற விட்டாமல் கூரிய நோக்குடன் பணிகளை முடிப்பது சாலச் சிறந்தது. மின்னஞ்சல்கள், தனிப்பட்ட செய்திகள் அல்லது ஒத்திசைவின்றிப் பணிகளை ஒதுக்குவது போன்ற பல்வேறு வழிகளை அவர்களுக்குத் தெரியப்படுத்துங்கள். அவர்கள் பதிலை எதிர்பார்க்கும் போது அவர்களுக்குச் சில குறிப்புகளை வழங்குவதும் நல்லது.

பணி மேலாண்மை கருவிகள் மூலம் உற்பத்தித்திறனை அதிகரிக்கவும். உங்கள் பணிப்பாய்வுகளில் சரியான கருவிகள் இருக்கும் போது உற்பத்தி செய்வது எளிதாக இருக்கும். அதேபோல வீட்டிலும் கவனமாகச் சமையலோ அல்லது வேறு வேலையோ பார்க்கும் போது யாரும் அல்லது எதுவும் உங்களைத் தொல்லைப்படுத்த அனுமதிக்காதீர்கள். குழந்தைகள்கூட அவர்களுக்கான நேரத்தில் மட்டுமே எதையும் கேட்க அனுமதியுங்கள். அப்போது வேறு எதிலும் கவனம் செலுத்தாமல் அவர்களுடன் நேரத்தைச் செலவு செய்யுங்கள் இதனால், குழந்தைகளும் உங்கள் நேரத்தை மதிக்க கற்றுக்கொள்வார்கள்.

இளைப்பாற நேரம் தேர்ந்தெடுத்தல் - Relaxation

ஒரு நாளில் எத்தனை விதமான வேலைகளைச் செய்கிறீர்கள் எனச் சிந்தித்துப் பாருங்கள். காலையில் எழும் போதே சோர்வாக உணர்கிறீர்களா? தூங்கும்முன் உங்கள் அலுவலக மின் மடல்களைக் கவனித்துப் பதில் சொல்கிறீர்களா? இப்போது ஸ்மார்ட் அலைபேசி வந்தபின், எல்லாக் காரியங்களும் அவசரநிலை அல்லது உடனே கவனித்தே ஆகவேண்டும் போல விழித்திருக்கும் எல்லா நேரமும் வேலைக்கானதாக மாறியிருக்கிறது.

மதிய உணவைக்கூட அலுவலக அறையில் வேலைக்கிடையே கொறிக்கிற பழக்கம் கூடியிருக்கிறது.

ஒரு விவாதக் குழுவிலிருந்து இன்னொன்றுக்கு, ஒரு திட்டக்குழு சந்திப்பிலிருந்து இன்னொன்றிற்காக ஓடிக்கொண்டே இருக்கிறீர்களா? வந்து குவியும் மின்மடல்கள் அனைத்திற்கும் பதில் சொல்ல இயலாமல், வேலையில் கூடுதல் நேரம் அலுவலகத்தில் செலவழித்து ஒருவிதச் சக்கரச் சுழற்சியில் பலரும் சிக்கிக்கொண்டிருக்கிறார்கள். நீங்களும் நானும் மட்டும் அல்ல, நிறையப் பேர் இப்படியான சக்கரச் சுழற்சியில் சிக்கிக்கொண்டிருக்கிறார்கள். நிறைய இளவயது நெஞ்சு வலி மரணங்கள். ஆனால் உண்மையில் எவ்வளவு நேரம் ஓய்வு எடுக்கிறீர்களோ அவ்வளவுக்கவ்வளவு உங்கள் உழைப்பின் திறன் கூடுகிறது.

குறுகிய காலத்துக்குள் எவ்வளவு சாதிக்க முடியும் என நினைத்துக்கொண்டு ஓடுவதே வாழ்க்கை ஆகிவிட்டது. காலம் ஒரு முடிவே இல்லாத விஷயம் இல்லை. எனவே வீடு அலுவலகம் இடையே சமன் செய்து நேரத்தைக் கழிப்பது (work life balance) மிகப் பெரிய செயலாகிவிட்டது.

நம்மால் ஒரு நாளைக்கு 24 மணி நேரத்திற்கு மேல் நீட்டிக்க முடியாது. ஆனால் காரியமாற்ற வேண்டும் சக்தியைப் பெற முடியும். சக்தியும் காலத்தைப் போல ஒரு குறிப்பிட்ட அளவுதான் இருக்கிறது. ஆனால், காலத்தைப் போலல்லாது சக்தியை அதிகரித்துக் கொள்ள முடியும், திரும்பப் பெற முடியும் (renew).

பல நிறுவனங்கள் தங்கள் பணியாளர்கள் ஓய்வு நேரம் எடுத்துக்கொள்வதை சோம்பேறித்தனமாக அல்லது குறைவான உற்பத்தித்திறனாக பார்க்கின்றன. நிறையப் பன்னாட்டு நிறுவனங்களில் வெகுமதிகளும் ஊதிய உயர்வும் நிறைய நேரம் நன்றாக உழைப்பவர்களை நாடியே வருகின்றன.கூடுதல் நேரம் உழைக்கிறார்கள் என்பதாலேயே ஒருவரின் உற்பத்தித்திறன் உயர்வதில்லை.

அதிக நேரம் உழைப்பதால் தூக்கம் கெடுகிறது. உடலுக்குப் போதிய ஓய்வின்றி, மன அழுத்தத்தைத் தொடக்கிவைத்து உடல்நலச் சீர்கேட்டில் முடியும். உழைப்பின் வெளிப்பாடும் நன்றாக இருக்காது. ஒரு நாளைக்கு ஆறு மணிக்கும் குறைவாக உறங்கி வேலைபார்ப்பதால் வந்த உடல்நலக்கேட்டால் அமெரிக்காவிற்கு 632 இலட்சம் டாலர் நஷ்டமாகி இருக்கிறது.

ஸ்டான்போர்ட் ஆராய்ச்சியாளர் Cheri D. Mah, ஆண் கூடைப்பந்து வீரர்களை இரவில் 10 மணிநேரம் வலுக்கட்டாயமாகத் தூங்கச் செய்தார். பிறகு பார்த்தபோது அவர்களின் செயல்திறன் வியத்தகு முறையில் மேம்பட்டதைத் தனது ஆராய்ச்சிக்குறிப்பில் பதிவு செய்திருக்கிறார்.

சிறிது நேரமே ஆனாலும், பகல்நேரத் தூக்கம் செயல்திறனில் நேரான விளைவைக் கொண்டிருக்கிறது. இரவு நேரத்தில் பணி செய்யும் விமானப் போக்குவரத்துக் கட்டுப்பாட்டாளர்களுக்கு 40 நிமிடங்கள் இடைவெளி நேரமாகத் தூங்கக் கொடுத்து ஒரு பரிசோதனை செய்தார். அதில் சராசரியாக 19 நிமிடங்களே பலர் தூங்கினாலும், அவர்களுடைய விழிப்புணர்வு அதிகரிப்பதைக் காண முடிந்தது.

குறுகிய தூக்கத்தைவிட நீண்ட தூக்கம் இன்னும் ஆழமான தாக்கத்தை ஏற்படுத்துகிறது. ரிவர்சைடில் உள்ள கலிபோர்னியா பல்கலைக்கழகத்தின் தூக்க ஆராய்ச்சியாளரான சாரா சி.மெட்னிக் இதன் விளைவுகளைக் கண்டறிந்திருக்கிறார். அவர் ஆராய்ச்சியில் பங்கேற்றவர்கள், 60 முதல் 90 நிமிடம் மட்டுமே தூங்கியபோதும், எட்டு மணிநேரம் தூங்கியதைப் போலப் புத்துணர்ச்சியுடன் இருப்பதைப் பதிவு செய்திருக்கிறார்.

நாம் அழுத்தத்தின் கீழ் இருக்கும்போது, நம்மில் பெரும்பாலோர் எதிர்த் தூண்டுதலை அனுபவிக்கிறோம்: ஹாரிஸ் இன்டராக்டிவ்

என்ற நிறுவனம் நடத்திய சமீபத்திய ஆய்வில், அமெரிக்கர்கள் தங்களுக்குக் கொடுக்கப்பட்ட விடுமுறை நாட்களைக்கூடப் பயன்படுத்துவதில்லை அல்லது அவர்கள் விரும்பினாலும் பயன்படுத்த முடிவதில்லை என்று தெரிவித்திருக்கிறது. கடந்த ஆண்டில் தங்களுக்கான விடுமுறை நாட்களில், 9 நாட்களைப் பணியாளர்கள் பயன்படுத்தாமல் தங்கள் நிறுவனத்திற்கே திரும்பக் கொடுத்தார்கள்.

நிறையப் பணிகள் இருக்கும் போது எப்படி ஓய்வுக்கான நேரத்தைத் திட்டமிடுவது?

1. தேவைப்படும் போது ஓர் ஐந்து நிமிட ஓய்வு எடுத்துக்கொள்ளுங்கள். இதுபோன்ற சின்ன ஓய்வு நேரங்கள் மனதிற்குப் புத்துணர்ச்சியைக் கூட்டும்.

2. அதிகப் பணி இருப்பதுபோல் உணர்ந்தால், ஒரு வேலையிலிருந்து சின்ன இடைவெளி எடுத்துக்கொண்டு வேறு எதிலாவது கவனம் செலுத்தலாம் ஆனால் அது சிறிய இடைவெளியாக மட்டுமே இருக்க வேண்டும்.

3. ஒரு சின்ன நோட்டுப்புத்தகம் வைத்துக்கொள்ளுங்கள் அதில் நாள் முழுவதிலும் எது உங்கள் மன அழுத்தத்தை அதிகரிக்கிறது எனக் குறித்து வைத்துக்கொள்ளுங்கள். அவற்றைப் பார்த்து அதில் ஒரு சில காரணிகள் அடிக்கடி வந்தால், அவற்றைத் தீர்க்க என்ன செய்யலாம் எனச் சிந்தியுங்கள். நல்ல உணவுப்பழக்கங்கள் , உடற்பயிற்சி ஆகியவற்றை வாழ்க்கை முறையில் பழக்கமாகக் கொள்ளுங்கள்.

4. மனதை ஒரு நிலைப்படுத்தி காரியங்களில் கூர்ந்த மதியுடன் பணியாற்ற யோகா, தியானம் போன்றவற்றைச் செய்யலாம். அலுவலகம் அல்லது வீடுகளில் கூட ஓர் ஐந்து நிமிடம் ஒதுக்கி மனதை ஒரு நிலைப்படுத்தும் போது சிந்தனை சக்தி அதிகமாகிறது.

5. அதிக மன அழுத்தம் வரும் நேரம், மனம் விட்டு யாருடனாவது, நம்பகமான தோழி/தோழனோடு பேசுவது பலன் கொடுக்கும்.

6. பணியை நல்ல விளைவுகள், அல்லது முடிவுகள் வரும் வண்ணம் நிறைவேற்றிவிட்டால், உங்களுக்கு நீங்களே சின்னதாக ஒரு பரிசு கொடுத்துக்கொள்ளுங்கள். உடலையும் மனதையும் அமைதிப்படுத்தும் வகையில், உங்களுக்கு மகிழ்ச்சியைத் தரக்கூடிய ஒன்றைச் செய்து கொள்ளுங்கள்

ஓய்வு எடுப்பதால் என்ன நன்மைகள்?

நல்ல மனநிலை கிடைக்கும். மன அழுத்தம், மனச்சோர்வு குறையும். மன அழுத்தமும் மனச்சோர்வும் சமூக மற்றும் அலுவலக உறவுகளைப் பாதிக்கும். எனவே நல்ல மனநிலை அவசியமாகிறது. உடல்நலம் முன்னேறும். ஓய்வெடுப்பதால், களைப்பும் சோர்வும் நீங்கும். நம்மை அறியாமலே பணிகளின் அழுத்தம் காரணமாக வரும் உயர் இரத்த அழுத்தம் போன்றவை குறையும். மன அழுத்தம் இல்லாதிருந்தால் உடலில் நோய் எதிர்ப்புச் சக்தி அதிகரிக்கும்.

நல்ல உற்பத்தித்திறனையும் உழைப்பின் நல்ல விளைவுகளையும் சந்திக்க, மகிழ்ச்சியாகவும் சுறுசுறுப்பாகவும் இயங்க சின்னச் சின்ன ஓய்வுநேரங்கள் அவசியம்! ஓய்வு நேரங்களையும் ஒரு வேலைக்கும் மற்றொரு வேலைக்கும் இடையே அல்லது ஒரு கூட்டத்திற்கும் இன்னொரு கூட்டத்திற்கும் இடையே நாட்காட்டியில் குறித்துக்கொள்ளலாம்.

8. சிறிய இடைவெளிகளை உபயோகிப்பது எப்படி?

எப்போதெல்லாம் சிறிய இடைவெளி கிடைக்கிறதோ அப்போது கிடைக்கும் இடைவெளி நேரத்தில் முடித்து விடக்கூடிய வேலையை முடித்தல் - Filling gap

ஒரு திட்டத்தில் செய்ய வேண்டிய பணிகளை முடித்துவிட்டு இன்னொன்றை ஆரம்பிக்கும் முன் கிடைக்கும் சிறிய இடைவெளியில் செய்து முடிக்கக் கூடிய ஒரு காரியத்தைச் செய்யலாம். எடுத்துக்காட்டாக, பிள்ளைகளைப் பள்ளியைத் தாண்டிய பொழுதுபோக்குப் பயிற்சிகளில் (விளையாட்டு, கராத்தே, பாட்டு வகுப்புகள்) காத்திருக்க நேர்ந்தால், அந்த நேரத்தில் கையோடு கொண்டு செல்கிற புத்தகத்தைப் படிக்கலாம். அடுத்த நாளுக்கான வேலை அட்டவணையைச் சிந்தித்து எழுதலாம் இல்லை எனில் தனிப்பட்ட அலுவல் சாராத மின்மடல்களுக்குப் பதில் எழுதலாம் அல்லது நீண்டகாலமாகப் பேச நினைத்த நண்பருக்கு தொலைபேசலாம். இப்படிப் பல காரியங்களை முடிக்க முடியும்.

வீட்டில் தோசை வார்க்கிறபோதே, சிந்தனை தேவையில்லாத சில இயந்திரத்தனமான வேலைகளைச் (காய்கறிகள் நறுக்குவது) செய்ய முடியும். அல்லது, வாரம் முழுவதற்குமான உணவுப் பட்டியல், அதற்குத் தேவையான பொருட்கள் வாங்குவதற்கான

பட்டியலைத் தயாரித்து வைத்துக்கொள்ளலாம். இது தினமும் என்ன செய்ய வேண்டும் என யோசிப்பதையும் பொருட்கள் தேடுவதையும் குறைக்கும். பட்டியல் தயாரித்து இருந்தால், அங்காடியிலும் விரைவாகப் பொருட்களை எடுத்துக்கொண்டுவிடலாம்.

சிலருக்கு அலுவலகத்தில் ஒரு குறிப்பிட்ட திட்டத்தில் பணி இருக்காது. பல திட்டங்களில் பங்குபெற்று காரியமாற்றுவார்கள். அவர்களால் ஒரு குறிப்பிட்ட நீண்ட காலத்தை எதற்கும் ஒதுக்க முடியாது. ஆகையால் அவர்களின் மூளையின் செயல்திறன் திட்டங்களுக்கு ஏற்ற மாதிரி மாறிமாறிச் சிந்திக்க வேண்டியிருக்கும். இதனால் மிக விரைவில் சோர்வடையக் கூடும்.

ஜூனிப்பர் என்ற நிறுவனம் பற்றி நீங்கள் அறிந்திருப்பீர்கள். அங்கே பணி செய்யும் தலைமைப் பொறுப்பில் உள்ள ஒருவரின் முழுநேரப் பணி ஜூனிப்பரின் முக்கிய வாடிக்கையாளர்களைக் கவனித்துக் கொள்ளுவதும் அவர்கள் நெட்வொர்க் பிரச்சினையைச் சரிசெய்வதும். அவருடைய குழுவில் பல பொறியியல் வல்லுநர்கள் பணி புரிகிறார்கள். எனவே அவருக்கு நாள் முழுதும் ஏதேனும் சந்திப்புகள், உலகின் பல மூலையிலிருந்தும் அழைப்புகள் வந்து கொண்டே இருக்கும். எனவே இடைவெளி கிடைக்காது. ஆனாலும் ஒரு தொலைபேசி மாநாட்டு அழைப்பிற்கும் (conference call) இன்னொன்றிற்கும் இடையில் சிறிது கவனத்தைத் திசை திருப்பி இளைப்பாறுவது அவசியம். வாடிக்கையாளரின் சந்திப்பிற்கு இடையே சின்ன இடைவெளி இருந்தாலும் மற்ற வேலைகளைச் செய்யப் பழக வேண்டும்.

இடைவெளி நேரம் என்றால் என்ன?

சில நேரங்களில் சின்ன சின்ன இடைவெளிகளாக (fragmented time) ஓய்வு நேரம் கிடைக்கும். அரை மணிக்கும் குறைவாக, எந்த ஒரு செயல் திட்டத்திலும் முழுமையாக ஈடுபட முடியாத வகையில் இருக்கும். அதற்குப் பதிலாக, அவைக் கூட்டங்களுக்குத் தயாராவதற்கும், பணிகளைத் தெளிவுபடுத்துவதற்கும், தகவல்தொடர்புகளைச் செயலாக்குவதற்கும் (மின்னஞ்சல்கள்,) அல்லது உங்கள் மூளைக்கு ஓய்வு கொடுக்கப் பயன்படும்.

நீண்ட அல்லது ஒரு மணி நேர இடைவெளியுடன் கூட்டங்களைத் திட்டமிடுவதைத் தவிர்ப்பது அவசியம். ஏனெனில் இது உங்களின் செயல்திறனைச் சிக்கலான பணிகளில் ஈடுபடுவதைக் குறைக்க வல்லது.

இரண்டு கூட்டங்களுக்கு இடையே கிடைக்கும் சில மணித் துளிகளை எப்படிப் பயன்படுத்துவது என்பதில்தான் உங்கள் நேர மேலாண்மையின் சூட்சுமம் இருக்கிறது. இயந்திரத்தனமான வேலைகளைச் செய்து முடிப்பதன் மூலம் உங்கள் உற்பத்தித்திறனை அதிகரிக்கலாம். செய்ய வேண்டிய பணிகளின் பட்டியல், அவற்றை ஒத்த குழுக்களாகப் பிரித்திருப்பது, அவற்றை முன்னுரிமையின் படித் தரவரிசைப்படுத்தி இருப்பது போன்ற அணுகுமுறைகள், இந்த இடைவெளி நேரத்தைச் சரியாகப் பயன்படுத்த உதவும்.

- மின்னஞ்சல், மைக்ரோசாஃப்ட் செயல் திறனை மேம்படுத்தும் நுட்பங்கள் உங்களுக்கு ஏதுவாக இருக்கும்.

- எந்தச் சந்திப்பிற்கும் முன்னரே தெளிவான நிகழ்ச்சி நிரலைத் தயாரிப்பது அநாவசியமாக நேரம் விரயமாவதைத் தடுக்கும். பேச அல்லது விவாதிக்க வேண்டிய காரியம் அல்லது திட்டம் என்ன, அதன் குறிக்கோள்கள் என்ன அந்தச் சந்திப்பின் மூலம் எதிர்பார்க்கும் விளைவுகள் என்ன போன்றவற்றை முன்கூட்டியே தயாரித்துக்கொள்ள வேண்டும்..

- கடந்த விவாதக்கூட்டத்தின் குறிப்புகளைப் படித்துத் தயாராகவும். இது உங்களின் செயல் திறனைக்கூட்டும். மேலும் காரியங்களை இலக்குகளை நோக்கிச் செலுத்த வழி காட்டும்.

- இடைவெளி நேரத்தை, உங்கள் பணியிடத்தை ஒழுங்கமைக்கவும், உங்கள் கோப்புகளை ஒழுங்கமைக்கவும் மற்றும் ஒழுங்கீனங்களை அகற்றவும் பயன்படுத்தவும். இது அதிகக் கவனம் மற்றும் உற்பத்தியைப் பெற வழிவகுக்கும்.

வேலையில் இடைவெளி நேரத்தின் நன்மைகள் என்ன?

1. இடைவேளைகளை எடுத்துக்கொள்வது சக்தியைத் திரும்பப்பெற்று பணியில் மீண்டும் கவனம் செலுத்த உதவுகிறது.

2. இடைவெளிகள் சில சமயம் கவனத்தைச் சிதற வைக்கக்கூடும். விழிப்புடன் இருத்தல் அவசியம்

3. சிறிய இடைவெளி எடுத்துக்கொண்டு வேலையிலிருந்து விலகியிருப்பது மன அழுத்தத்தைக் குறைக்கவும், சோர்வைத் தடுக்கவும், மகிழ்ச்சியான பணிச்சூழலை உருவாக்கவும் உதவும்.

4. இடைவேளைகள் உங்களுக்கான கவனத்தைத் தருகிறது. நல்ல உணவு உண்ண, தேநீர் பருக போன்ற செயல்கள். இதனால் சக்தி கூடுகிறது.

5. இடைவெளிகள் உங்கள் மூளையின் தகவலைச் செயலாக்கு வதற்கும், ஆக்கப்பூர்வமான தீர்வுகளைக் கொண்டு வருவதற்கும் நேரத்தைக் கொடுக்கும். முடிவெடுக்கும் திறன் அதிகரிக்கிறது..

அடிப்படையில், ஓய்வு எடுத்துக்கொள்வது நமது நேரத்தை நன்றாக நிர்வகிப்பதற்கும், சிறந்த வேலைக்கும், குறைவான மன அழுத்தத்திற்கும், மேம்பட்ட ஆரோக்கியத்திற்கும் வழிவகுக்கும்.

உங்களுக்கு எவ்வளவு இடைவெளி இருக்க வேண்டும்?

இடைவெளி நேரத்தின் தேவை வகிக்கும் பதவியைப் பொறுத்து மாறும். . நீங்கள் பெரிய அணிகள் அல்லது பல துறைகளை நிர்வகிக்கும் போது, உங்கள் வேலைக்கான இலக்குகள், திட்டங்கள் குழுக்களை ஒருங்கிணைக்கும் கூட்டத்தில் அதிகமாக நிறைவேற்றப்படும். பொதுவாக. நீங்கள் வாடிக்கையாளரைக் கவனித்துக் கொள்ளும் பணியில் இருந்தால், வாடிக்கையாளர்கள் அல்லது கூட்டாளர்களைச் சந்திப்பதே உங்கள் முதன்மைப் பணியாக இருக்கலாம். அதனால் உங்களுக்குக் கூட்டங்களின் நேரத்தின் மீது அதிகக் கட்டுப்பாடு இல்லாமல் இருக்கலாம்.

ஒரு சந்திப்பிலிருந்து மறு சந்திப்புக்கு, ஒரு திட்டத்திலிருந்து மறு திட்டத்திற்கு மாறுவது சுறுசுறுப்பாக வைத்திருந்தாலும் மன அழுத்தத்தை உண்டு செய்யும். கார்னெல் பல்கலைக்கழகத்தின் ஐடியா ஆய்வகத்தின் கூட்டு ஆய்வின்படி:

• பணிகளுக்கு இடையே ஓய்வு எடுத்தபின், இன்னொரு பணிக்கு மனம் உடல் முழுவதுமாக திரும்பச் சராசரியாக 9 நிமிடங்கள் ஆகின்றன.

- 45%க்கும் அதிகமானோர், சூழல் மாறுவது அவர்களின் உற்பத்தித் திறனைக் குறைப்பதாகச் சொல்லியிருக்கிறார்கள். இப்படிப்பட்டோர் இடைவெளி நேரத்தைக் கவனமாகக் கையாள வேண்டும். .

உங்களுக்கும் உங்கள் குழுவிற்கும் கிடைத்த இடைவெளி நேரத்தை எவ்வாறு நிர்வகிக்கலாம்?

நேரம் ஒரு நிலையான வளம். ஒரு மேலாளராக, உங்கள் குழு எவ்வாறு நேரத்தைச் செலவிடுகிறது என்பதைத் திட்டமிடுவது உங்களின் மிகப் பெரிய திறனாக மதிப்பிடப்படும். . நீங்கள் உங்கள் நேரத்தையும், உங்கள் குழுவின் நேரத்தையும் சரியாக நிர்வகிக்கவில்லை என்றால் உற்பத்தித்திறனை இழப்பது எளிது.

உங்கள் நேரத்தை அதிகம் பயன்படுத்துவதற்கான சில குறிப்புகள் இங்கே:

1. சந்திப்புகளில் விவாதிப்பதையும் அதன் விளைவுகளையும் மதிப்பாய்வு செய்ய வேண்டும். சரியாக நேரத்தைச் செலவழிக்கிறோமா அல்லது விரயம் செய்கிறோமா?

2. தகவல் பரிமாற்றத்தைச் சீர் செய்ய வேண்டும்.

3. இடைவெளி நேரத்தைச் சரியாகப் பயன்படுத்த உங்கள் குழுவை ஊக்குவிக்கவும்.

4. குழு பகிர்ந்து செய்யக்கூடிய பணிகளை மையப்படுத்தப்பட்ட, உங்கள் ஊழியர்களுடன் பகிர்ந்து கொள்ளப்பட்ட பட்டியலில் வைத்திருங்கள்.

5. வரவிருக்கும் கூட்டங்கள் அல்லது திட்டங்களுக்குத் திட்டமிடவும் தயாராகவும் இடைவெளி நேரத்தைப் பயன்படுத்தவும்.

நன்கு திட்டமிட்டு சின்னச்சின்ன இடைவெளி நேரங்களை ஏற்படுத்தி ஓய்வுடன் உடல்நலத்தையும் கவனித்துப் பணி செய்யும்போது உற்பத்தித் திறன் பெருகும்.

9. ஒன்பது குறிப்புகள்

1. எந்தப் பணிகளைப் பகிர்ந்து கொடுப்பது என்று தெரிந்து கொள்ளுங்கள்.

எல்லாப் பணிகளையும் அடுத்தவரிடம் ஒப்படைக்க முடியாது.. எடுத்துக்காட்டாக, செயல்திறன் மதிப்புரைகள் அல்லது ஏதேனும் தனிப்பட்ட விஷயங்களை நீங்கள் கையாள வேண்டும்.

இதனை இவனால் இவன் முடிக்கும் என்றாய்ந்து அதனை அவனிடம் விடல் என்று சொல்கிற குறள் வழி, எந்த வேலையை யார் செய்தால் நன்றாக இருக்கும், அவர்களால் அதைத் திறம்பட முடிக்க முடியுமா எனவும் தெரிந்து கொள்ளுதல் முக்கியம். வீட்டில் கூட சில வேலைகளைத்தான் குழந்தைகளும் சில வேலைகளைத்தான் பெற்றோர்களும் செய்ய முடியும். அவர்கள் வயது, திறன், உடல்நலம் ஆகிய யாவற்றையும் ஆராய்ந்தே பணிகளைப் பகிர்ந்தளிக்க வேண்டும். எல்லாவற்றிற்கும் மேலாக, சரியான காரியங்களைச் சரியான நபரிடம் கொடுப்பது, அதற்கான அவர்களின் பலம், பலவீன, திறன்களை அறிந்து கொள்ளுதல் முக்கியம். அதேபோலச் சில காரியங்களை நீங்களே செய்தால்தான் சிறக்கும்.

அன்றாட நடவடிக்கைகளை மேற்பார்வை செய்து கொண்டிருக்கத் தேவையில்லை. உங்கள் சக பணியாளருக்குத்

தெரிந்திருந்தும், நீங்களே வழக்கமாகச் செய்து முடிக்கும் பணி ஏதேனும் உள்ளதா? மற்ற ஊழியர்களுக்கு அந்தப் பணிகளைக் கொடுப்பது அவர்களின் வாழ்க்கையை மேம்படுத்த உதவுமா? கொடுக்கும் பணியைத் திறன்பட முடிக்கும் ஒருவர் இருந்தால் அவரிடம் அந்தப் பணியைக் கொடுக்கலாம். அல்லது மற்றொருவரை பயிற்சிப்படுத்த நினைத்தாலும் கொடுக்கலாம். இது போன்ற செயல்கள் வீடுகளில் வளர்ந்து வரும் குழந்தைகளுக்குப் பயிற்சியாக மாறும். இவ்வாறு செய்வது உங்கள் மீதான நம்பிக்கையை அதிகரிக்கும், மேலும் நீங்கள் வேறு செயல்கள் செய்யவும் நேரத்தை அளிக்கும்.

2. உங்கள் ஊழியர்களின் பலம், அவர்களின் நோக்கம் தெரிந்து பகிர்ந்தளிக்க வேண்டும்.

ஒவ்வொரு மனிதனுக்கும் அவனுக்கான இலக்குகள் உண்டு. அதன் நோக்கம் தெரிந்தே அவர்களுக்குப் பொறுப்புகளை அளிக்க முடியும். எடுத்துக்காட்டாக, நிர்வாக அனுபவத்தைப் பெற விரும்பும் பணியாளர்கள் பட்டியல் உங்களிடம் இருக்கலாம். அவர்களில் மேற்பார்வை செய்யத் தொடங்கக்கூடிய ஒரு பயிற்சியாளர் உள்ளாரா அல்லது அவர்கள் செயல்படுத்த நன்கு வரையறுக்கப்பட்ட திட்டம் உள்ளதா? நீங்கள் ஒப்படைக்கும் வேலை அவர்களை இன்னும் திறன்படச் செயல்படவைக்குமா? இதுவே வீடுகளில் மகன் மகள் கணவன்/மனைவி யிடம் கூடக் கூடுதல் பொறுப்புகளைத் தர நேரிடலாம். இதே போல அங்கேயும் பலம் திறன் அறிந்தே காரியங்களைச் செய்யக் கொடுக்க வேண்டும்..

சில பணிகளைச் செவ்வனே செய்து முடிக்கக் கூடிய ஊழியர் உங்கள் குழுவில் இருக்கலாம். தயங்காமல் அந்த வேலையை அவரிடம் கொடுக்க பழகுங்கள். அப்படிச் செய்கிறபோது அவர்களும் ஊக்குவிக்கப்படுகிறார்கள்.

3. விரும்பிய முடிவை வரையறுக்கவும்

ஒரு வேலையை இன்னொருவரிடம் ஒப்படைக்கும் போது அதற்கான வரையறைகள். காலக்கெடு ஆகியவற்றைச் சேர்த்தே கொடுக்க வேண்டும். திட்டத்தின் முழு வீரியம், எப்போது முடிக்க வேண்டும் என்ற வரையறை, என்ன

பலன்கள் விளையும், செய்யாமல் விட்டால் அதன் பக்க விளைவுகள் என்ன என்பதையும் விளக்கி பணியை ஒப்படைக்க வேண்டும். எடுத்துக்காட்டாக, உங்கள். கணவரிடமோ அல்லது மனைவியிடமோ வீட்டைச் சுத்தம் செய்யும் பொறுப்பைக் கொடுக்கிறீர்கள் என்றால், அந்த வேலை எத்தனை மணிக்குள் முடிய வேண்டும் என்பதனை விளக்கிச் சொல்வது பலன் தரும். அந்த நேரத்திற்குள் அவர்கள் அந்த வேலையை முடித்தால் போதுமானது. உங்களுக்குப் பிடித்த முறை உண்டென்றால் அதையும் சொல்லலாம். ஆனால் பணியை ஒப்படைத்த பின் அந்த நேரத்தின் முடிவு வரை அடிக்கடி நச்சரிப்பது தவறாகும். அப்படிச் செய்து முடிக்காவிடில் வரும் பின்விளைவுகளுக்கு அவரே பொறுப்பேற்க வேண்டும். அந்தக் காரியத்தை நீங்கள் செய்வது மறுமுறையும் அவர்களைச் சரியாக முடிக்க விடாது.

4. சரியான வரைமுறைகள், மற்றும் செய்வதற்குத் தேவையான அதிகாரத்தையும் வழங்குதல்.

நீங்கள் பணியை ஒப்படைக்கும் நபருக்கு ஒதுக்கப்பட்ட திட்டத்தை முடிக்கக் குறிப்பிட்ட பயிற்சி, வளங்கள் அல்லது அதிகாரம் தேவைப்பட்டால், மூன்றையும் வழங்குவது மேலாளராக உங்கள் பொறுப்பு. ஓர் ஊழியரால் அந்தப் பணியைக் குறித்த நேரத்துக்குள் செய்ய முடியாது, அதற்கான திறமைகள் இல்லை என நீங்கள் உணர்ந்தால், அந்தப் பணியை அவரிடம் கொடுப்பது இருவரையுமே விரக்திக்கு உள்ளாக்கும். உங்கள் சக ஊழியரால் விரும்பிய முடிவை அடைய முடியாது. பின்னர் நீங்கள் அந்த வேலையை மீண்டும் செய்ய வேண்டிய பட்டியலில் சேர்க்க வேண்டியிருக்கும். சின்ன சின்னத் தவறுகள் நடந்தால், அதனால் பெரிய பக்க விளைவுகளோ சேதாரமோ இல்லை எனில் அதைப் பெரிதுபடுத்தாமல் திருத்த வழிகளைச் சொல்லிக்கொடுக்க வேண்டும். இதுவே மறுமுறை அவர்களை அந்த வேலையை இன்னும் திறன்படச் செய்ய வைக்கும்.

நுண்ணிய மேலாண்மை (Micromanage) செய்வதற்கான தூண்டுதலுடன் நீங்கள் போராட வேண்டிய இடமும் இதுதான். உங்கள் சக பணியாளரிடம், படிப்படியாக, பணியை எவ்வாறு நிறைவேற்றுவீர்கள் என்பதைச் சொல்லி, செயல்முறையின் ஒவ்வொரு பகுதியையும் கட்டுப்படுத்தினால், அவர்களால்

புதிய திறன்களைக் கற்றுக் கொள்ளவோ அல்லது பெறவோ முடியாது. விரும்பிய இறுதி இலக்கு என்ன, அவருக்குக் கொடுக்கப்பட்ட பணி ஏன் முக்கியமானது என்பதில் கவனம் செலுத்துங்கள். மேலும் என்ன மாதிரியான முடிவுகளை எதிர்பார்க்கிறீர்கள், அவர்களுடைய தற்போதைய திறன் இவற்றிற்கு இடையே இடைவெளி இருக்குமானால், அதை நிவர்த்தி செய்ய உதவுங்கள். இந்த நுண்ணிய மேலாண்மை நிறைய இடங்களில் கருத்து வேறுபாடுகளைக் கொண்டு வரும். அதன்பின், அந்தக் காரியத்தை அவர்களிடம் கொடுக்க முடியாது. வீடுகளில் இதனைக் கண்கூடாகக் காணலாம்..

5. தெளிவான உரையாடலுக்கான வழியை நிறுவுதல்.

நீங்கள் மனம் விட்டுப் பேசுவதற்கான வழியை நிறுவ விரும்புகிறீர்கள், இதன் மூலம் நீங்கள் பிரதிநிதித்துவப்படுத்தும் நபர் கேள்விகளைக் கேட்கவும் முன்னேற்றப் புதுப்பிப்புகளை வழங்கவும் வசதியாக இருக்கும். ஒரு காரியத்தை இன்னொருவரிடம் முடிக்கக் கொடுத்துவிட்டு, அவ்வப்போது ஏதேனும் தடங்கல்கள் வந்தால், அவர்கள் வந்து சொல்ல இந்தத் திறந்தவெளி உரையாடல் அவசியம். அவர்களிடம் இந்தப் பணியை உங்களிடம் கொடுத்துவிட்டேன், இனி இது என்பொறுப்பல்ல என்பதையும், உதவி தேவையானால் நீங்கள் இருக்கிறீர்கள் என்பதையும் சொல்ல வேண்டும்.

6. தோல்விக்கு அனுமதி

பணியை நிறைவேற்றுவதற்கான ஒரே வழி அவர்களின் வழி என்று அவர்கள் கருதுவதால், ஒப்படைப்பதைத் தவிர்க்கும் பரிபூரண வாதிகளுக்கு இந்தப் படி மிகவும் முக்கியமானது. நீங்கள் தோல்வியை அனுமதிக்க வேண்டும்- உங்கள் ஊழியர்கள் தோல்வியடைவார்கள் என்பதற்காக அல்ல, மாறாக இது பரிசோதனையைச் செயல்படுத்தி, நீங்கள் பணிகளை ஒதுக்கும் நபர்களுக்குப் புதிய அணுகுமுறையை எடுக்க அதிகாரம் அளிக்கும் என்பதால். நீங்கள் புதிய யோசனைகள் மற்றும் வேலைக்கான அணுகுமுறைகளுக்குத் மனம் திறந்து ஏற்றுக்கொள்ள, முடிந்தால் நீங்கள் எளிதாகப் பொறுப்பேற்கலாம்.

7. பொறுமையாக இருங்கள்

மேலாளராக, உங்கள் துறையில் உங்களுக்கு அதிக வருட அனுபவம் இருக்கலாம். இதன் காரணமாக, நீங்கள் 30 நிமிடங்களில் முடிக்கக்கூடிய ஒரு பணியை ஒரு ஊழியர் முதன்முதலில் முடிக்க ஒரு மணிநேரம் ஆகலாம். சில பணிகளை விரைவாகச் செய்து முடிக்க முடியும் என்று தெரிந்தும், முன் அனுபவமில்லாதவர்கள் அந்த வேலையைச் செய்ய நேரம் ஆகலாம். ஆனால் தொடக்கத்தில் பொறுமையாக இருப்பதன் மூலம், நாளடைவில் அவர் அந்த வேலையில் தேறிவிடுவார். உங்கள் பிள்ளைகளிடம் ஒரு பொறுப்பை ஒப்படைக்கும் போது, அது மிகப் பெரிய பக்க விளைவை உருவாக்காத போது, அவர்கள் வழியில் சென்று பயிற்சி அளிப்பது நல்லது. இதற்குப் பொறுமை அவசியம். ஆனால் நாளாவட்டத்தில் இது மிகப் பெரிய பலமாக உங்களுக்கும் அவர்களுக்கும் ஆக முடியும்.

ஆரம்ப நிலையில் படிக்கும் பிள்ளைகள் இருந்தால், அவர்களே அவர்கள் பள்ளிக்கு செல்லும் ஆடைகளைத் தேர்ந்தெடுக்க ஆர்வம் காட்டுவார்கள். ஆனால் அது கால பருவ நிலைக்கு சரியானதாக இல்லாதிருப்பதாக நீங்கள் கருதினால், எது சரியாக இருக்குமோ அதில் இரண்டு வண்ண ஆடைகளை மட்டும் காட்டி அதில் ஒன்றைத் தேர்ந்தெடுக்கச் சொல்ல வேண்டும். அப்போது அவர்களுக்கும் தானே தேர்ந்தெடுத்ததின் திருப்தியும் உங்களுக்கும் பருவ நிலைக்குத் தோதானதாக இருக்கிற மகிழ்ச்சியும் வரும். இதை முதல் நாள் இரவே செய்து வைத்துவிட்டு உறங்கச் செல்ல வேண்டும். இப்படிச் செய்வது காலை நேர பரபரப்பைக் குறைக்கும்.

அலுவலகத்திலும் அப்படியே. எனவே தொடக்கக் காலத்தில் பொறுமை அவசியம். நீங்கள் தொடர்ந்து செய்ய வேண்டிய பணிகளுக்கு முக்கியத்துவம் கொடுக்கும் போது, முடிக்க வேண்டிய பணிகளை, வழிமுறைகளை உங்கள் பணியாளர்கள் நன்கு அறிந்திருப்பதால், காலப்போக்கில் வேலை விரைவாக முடிவடையும் என்பதை நீங்கள் கவனிப்பீர்கள்.

8. விமர்சனங்களை வழங்கவும் (மற்றும் கேட்கவும்).

முன்னேற்றத்தைக் கண்காணிப்பதுடன், நீங்கள் ஒப்படைத்த பணிகள் முடிந்த பிறகு, உங்கள் ஊழியர்களுக்கு அது

குறித்தான விமர்சங்களை (feedback) வழங்க வேண்டும். ஒரு பணி ஒதுக்கப்பட்டபடி முடிக்கப்படவில்லை என்றால், ஆக்கபூர்வமான விமர்சனத்தை வழங்கப் பயப்பட வேண்டாம். அடுத்த முறை இதேபோன்ற பணி ஒதுக்கப்படும்போது உங்கள் ஊழியர்கள் இந்தக் கருத்தை எடுத்துக்கொண்டு மாற்றங்களைச் செய்யலாம். அதேநேரம் நேர்மையான விமரிசனங்களை முன்வைக்கவேண்டும். அவர்கள் செய்த வேலை நன்றாக வந்திருந்தால் பாராட்டையும் தெரிவிக்க வேண்டும்..

நீங்கள் திறம்படப் பணிகளைப் பகிர்ந்தளிக்கிறீர்கள் என்பதை உறுதிப்படுத்த, உங்கள் குழுவினர் உங்களுக்கு வழங்கக்கூடிய விமர்சனக் கருத்தையும் நீங்கள் கேட்க வேண்டும். நீங்கள் தெளிவான வழிமுறைகளை வழங்கியுள்ளீர்களா என உங்கள் பணியாளர்களிடம் கேட்டு, எதிர்காலத்தில் சிறப்பாகப் பணிகளை பகிர்ந்தளிக்க இன்னும் மேம்படுத்திக்கொள்ள வேண்டும்.

9. பாராட்டுக்களுக்கு உரியவர்களுக்குப் பங்கு கொடுங்கள்

ஒரு காரியத்தை நீங்கள் ஒப்படைத்தவர் செய்து முடித்து விட்டால், அதன் மூலம் வரும் பாராட்டுக்களை அவருக்குத் தெரிவிக்க வேண்டும். நீங்கள் பணியை ஒப்படைத்தவர்களுக்கு நீங்கள் எவ்வளவு நன்றி செலுத்துகிறீர்களோ, அவ்வளவு அதிகமாக அவர்கள் எதிர்காலத்தில் பிற திட்டங்களில் உங்களுக்கு உதவ விரும்புவார்கள்.

10. சிக்கல்களைக் களைவது எப்படி?

சிக்கல்களைத் தீர்ப்பது தினசரி நமது குடும்பத்திலும் அலுவலகத்திலும் படிக்கும் பள்ளியிலும் என எல்லா இடங்களிலும் தேவையான ஒரு திறன். சிக்கல்களைத் தீர்ப்பது பல படிகளைக் கொண்டது. பிரச்சினை அல்லது இக்கட்டான நிலையில் அழுத்தம் அடையாமல் சிந்திப்பது, தரவுகளைக் கொண்டு பல வழிகளைக் கண்டுபிடிப்பது, அதில் முக்கிய வழியைத் தேர்ந்தெடுப்பது, அதன்பின் அதனால் வரும் விளைவுகளுக்குப் பொறுப்பேற்பது. சிக்கல் தீர்ப்பதில் மிகத் தேர்ச்சி பெற்றவர்கள், லாஜிக்கலாகச் சிந்திப்பவர்களாகவும் தேர்ந்த வழிமுறைகளைப் பின்பற்றிச் சிக்கலான பிரச்சினையைப் பல கூறுகளாகப் பிரித்து அதைச் சமாளிக்க வழிகள் கண்டறிவார்கள்.

மழை பொழிகிறது, கடைக்குச் செல்ல வேண்டும் என்றால் அதற்குப் பல வழிகள் உண்டு. 1. குடை எடுத்துக்கொண்டு நடந்து செல்லலாம், 2 மழையைத்தடுக்கும் ரெயின் கோட் போட்டுக்கொண்டு செல்லலாம். வேறு வாகனங்களில் செல்லலாம். இப்படிப் பல வழிகள் இருக்கின்றன.

இப்படித் தீர்வு காண வேண்டுமானால், முதலில் பிரச்சினை அல்லது சிக்கல் என்ன என்பதைப் புரிந்து கொள்ள முடியும். செல்லும் ஊர் என்ன என்று கண்டுகொண்டால்தான் அந்த

ஊர் செல்ல வழி அறிய முடியும். நிறுவன அதிகாரிகள் தங்கள் ஊழியர்களின் பிரச்சினை அல்லது சிக்கல்களைத் தீர்க்கும் திறனைப் பல ஆக்கப்பூர்வமான வழிகளைக் கண்டறியப் பயன்படுத்த விரும்புகின்றனர்.

சிக்கல்களைத் தீர்க்கும் திறன் மற்ற திறன்களைப் போலவே பழகப் பழக எளிதாக வரும். நிறைய வழிமுறைகள் இருக்கின்றன, அவற்றைக் கற்றுக்கொண்டு நமது சூழலுக்கு ஏற்றவாறு மாற்றியமைத்துப் பழகலாம். ஏற்கெனவே உள்ள நுணுக்கங்கள் பல படிகளைக் கொண்டிருக்கின்றன.

பொதுவாக, சிக்கல்களைத் தீர்க்க இரண்டு வழிகள் உள்ளன. ஒன்று லாஜிக்கலானது, கணித அடிப்படையிலானது. இன்னொன்று இலகுவானதும் உள்மன வெளிப்பாடுகளைக் கொண்டதுமானது.

லாஜிக் அல்லது கணிதவழி நுணுக்கம், படிப்படியான பல செயல்களை உள்ளடக்கியது. இவை பொதுவாகச் சில விஷயங்களை நினைவில் நிறுத்திக் கொள்ளவும் பயன்படும். எப்படி ஒரு ஸ்க்ரூடிரைவரை திருக வேண்டும் என்பதை tighty righty lefty loosey = என நினைவு கொள்வது மாதிரி.

ஒரு பிரச்சினைக்கு ஒரே ஒரு தீர்வு என்றில்லாமல் பல தேர்வுகள் இருக்கும் போது என்ன செய்ய முடியும்? அதற்கான உள்மனத் தேர்வும் பல வழிகளில் ஆராய்ந்து மிகக் குறைந்த பக்க விளைவுகள் அல்லது அதிகப் பலனுள்ள வழிகளை மனம் தேர்ந்தெடுக்கும். இதில் மிக அதிகமாகப் பயன்படுத்தப்படும் நுணுக்கம் IDEAL என அழைக்கப்படும்.

- Identify the problem - கண்டறிவது

- Define the context of the problem - *பிரச்சினையின் முழுப்பரிமாணத்தையும் தீர்மானிப்பது*

- Explore possible strategies - *சிக்கலைத் தீர்க்க உள்ள எல்லா வழிகளையும் தேடிப்பிடிப்பது*

- Act on best solution - *எல்லா வழிகளின் சாதக பாதகங்களை ஆராய்ந்து நல்ல வழியைத் தேர்ந்தெடுப்பது*

- Look back and learn - *சிக்கல் தீர்ந்ததும் திரும்பிச் சென்று பார்த்துக் கற்றுக்கொள்வது*

இது ஒரு வழிதான். நீங்கள் இதையே மாற்றி உங்களுக்கான நுணுக்கங்களை உருவாக்கிக்கொள்ளலாம்.

காலையில் அலுவலகம் கிளம்பிச் செல்ல வேண்டும். அந்த நாள் முழுதும் நிறைய முக்கிய விவாதக் கூட்டங்கள் இருக்கின்றன. கணவனுக்கும் முக்கிய வேலை இருக்கிறது. பிள்ளைகளைப் பள்ளியில் விட்டுவிட்டு நீங்கள் கிளம்பத் தயாராகிக் கொண்டிருக்கையில் பிள்ளைக்கு உடல்நலம் சரியில்லாமல் போகிறது. பள்ளிக்கு அனுப்ப முடியாது என்ன செய்யலாம்?

பிரச்சினை - பிள்ளைக்கு உடல்நலமில்லை, மருத்துவரிடம் அழைத்துப் போக வேண்டும். இருவருக்குமே முக்கிய வேலைகள் இருக்கின்றன. என்ன செய்யலாம்?

1. ஒருவர் அலுவலகத்திற்குத் தொலைபேசி விடுமுறை கோரலாம்.

2. இருவரும் சந்திப்புகளில் முக்கியமானது தவிர்க்கக் கூடாத ஒன்றுக்குச் செல்லவும், அதற்கு ஏற்றவாறு விடுப்பு எடுப்பது.

3. ஒருவர் விடுப்பு எடுத்துக்கொண்டு தவிர்க்கமுடியாத சந்திப்பை மட்டும் இணையவழி சேரக் கோரிக்கை வைப்பது.

4. சின்னக் குழந்தையாக இருந்தால், அன்னையுடன் இருக்கப் பிரியப்படுவார்கள் எனில் அன்னை விடுமுறை எடுக்கலாம். ஆனால் யாருடைய பணி சந்திப்புகள் முக்கியமானவை மற்றும் தவிர்க்க இயலாதவை எனப் பேசி முடிவெடுக்க வேண்டும்.

5. தற்காலிகமாக மருந்து கொடுத்துப் பள்ளியில் விட்டுவிட்டு, பள்ளிச் செவிலியிடம் தேவையானால் அழைக்கச் சொல்லி விட்டு இருவருமே பணிக்குச் செல்லலாம்

இந்த ஐந்து வழிகளில் அவரவர் சூழலுக்குப் பொருந்துகின்ற வழி ஒன்றை தேர்ந்தெடுக்கலாம். இவை அல்லாமல், இன்னொரு வழியும் கூட இருக்கிறது. அது, பிள்ளைகளுக்குப் பொழுதுபோக்கிற்காகச் சில சாதனங்களை எடுத்துக்கொண்டு அலுவலகத்திற்கே அழைத்துக்கொண்டு போகலாம். இந்த

வழிகளைச் சிந்தித்து நல்ல வழியைச் செயல்படுத்த வேண்டும். இது போலப் பல சிக்கல்கள் வரும். நம்மை அறியாமலே நம் மனம் வழிகளை ஆராயும். அதில் நமக்கு உகந்ததைத் தேர்ந்தெடுக்கும். ஆனால் எந்நிலையிலும் மன அழுத்தத்திற்கு இடம் கொடுக்காமல் இருக்க வேண்டும். ஒரு முடிவு எடுத்த பின் திரும்பச் சிந்திப்பது சரியில்லை.

அதிபராக ஆகும் முன் செனேட்டரான புதிதில் ஒபாமா ஒரு மசோதாவை விவாதத்திற்காக அமெரிக்க பிரதிநிதிகள் சபையில் சமர்ப்பித்திருந்தார். அதற்கு முன் சின்ன விடுமுறையாக மனைவியையும் குழந்தை மலேலாவையும் அழைத்துக்கொண்டு ஹவாய் சென்றிருந்தார். அங்கே குழந்தைக்குக் காய்ச்சலும் காது வலியும் வந்திருக்கிறது. மறுநாள் பிரதிநிதிகள் கூட்டத்தில் அவருடைய மசோதாவை விளக்கிப் பேச வேண்டும். அப்போதுதான் செனேட்டராகி இருந்த ஒபாமாவிற்கு அது அரசியல் வாழ்க்கைக்கு மிக முக்கியமானது. ஆனாலும் தன் குழந்தையுடன் இருக்க முடிவு செய்து அந்த மசோதா அவரில்லாமலே விவாதத்திற்கு வந்தது. அவர் கடுமையான கண்டனத்திற்கு ஆளானார். அவருடைய மனைவி, தான் கவனித்துக் கொள்வதாகவும் ஒபாமாவை வாஷிங்டன் சிட்டிக்குச் செல்லக் கோரியும் அவர் முடிவை மாற்றிக் கொள்ளவில்லை. தன் சொந்த ஊரில் அதிகம் பழகாத இடத்தில் மிஷெலால் தன் குழந்தையைக் கவனித்துக் கொள்வது கடினமாக இருந்திருக்கும் என அந்த முடிவை எடுத்திருக்கிறார். பிறகு அதிபராக ஆன போதும் தன் குடும்பத்துடன் செலவு செய்யும் நேரத்தை அவர் குறைக்கவில்லை. ஆக ஒரு பிரச்சினைக்கு அவர் கண்ட வழி அவருக்கு மன அமைதியைத்தந்திருக்கிறது.

அது அவருடைய பிரத்தியேக முடிவு. ஆனால் நாம் அவ்வாறு முடிவெடுக்க வேண்டும் என்பதில்லை, நமக்கு நம்முடைய சூழலுக்கு ஏற்ற மாதிரி முடிவெடுக்கலாம். ஆனால் எல்லா வழிகளின் சாதக பாதகங்களை ஆராய வேண்டும்.

ஹார்லம் என்ற பகுதியில் ஒரு சீன அமெரிக்கரான இளம் காவலர் துப்பாக்கிச் சூட்டில் இறக்கிறார். அவருடைய இளம் விதவை மற்றும் அன்னைக்கும் ஆங்கிலம் தெரியாது. ஹார்லமில் கலவரம். வெள்ளை மாளிகை முதலில் அதிபர்

ஒபாமாவை அனுப்ப எண்ணியது. ஆனால் பின் அந்த முடிவை மாற்றி துணை அதிபர் பைடனை அனுப்பியது. அப்போதுதான் பைடன் தன் மகனை இழந்திருந்தார். அவர் ஹார்லம் சென்றபோது, இரண்டாம் மாடியில் ஒரு சின்ன அறையில் இருந்த மறைந்த சீனக் காவலரின் மனைவி மற்றும் அன்னையரைச் சந்திக்க சென்றார். அவர் முன் இரண்டு வழிகள் இருந்தன. துக்கம் கொண்டாடும் அன்னை மற்றும் மனைவியைத் தான் இருக்கும் இடத்திற்கு வர வழைப்பது அல்லது ஏதேனும் காவல் துறைக் கட்டிடத்தில் அவர்களைச் சந்திப்பது, ஆனால் பைடன் அந்த சின்ன அடுக்ககத்திற்குச் சென்றார். உடன் ஓர் மொழிபெயர்ப்பாளரை அழைத்துச் செல்லாது பைடன் தனியாக மாடி ஏறிச் சென்றார். மொழி தெரியாமல் மகனை இழந்த இருவர் கரங்களைப் பற்றிக்கொண்டு 45 நிமிடம் இருந்தார்கள். மனைவி கதறி அழ, தன் நேரடி செல்பேசி எண்ணைத்தந்து வெளியேறினார். அப்போது பைடன் தன் உதவியாளர்களிடம் சொன்னது – மொழி தெரியாவிட்டால் என்ன… இருவருக்குமான சோகம் பொதுதானே? என்று.

வெள்ளை மாளிகையின் ஊடகத்துறை தங்கள் எண்ணத்தை மாற்றி பைடனை அனுப்பியது மிக நல்லதாகவும் கலவரங்களைத் தடுப்பதாகவும் இருந்தது.

திறந்த மனதுடன் உரையாடுவது மிக முக்கியம். அலுவலகமாக இருந்தால் சக ஊழியர்கள் அல்லது மேலாளர்களுடன் பேசுவது முக்கியம். வீடாக இருப்பின் பெற்றோர், அல்லது பிள்ளைகள் கணவன் மனைவி மனம் விட்டு பேசுவதும் வழிகளைக் கண்டறிவதும் முக்கியம். அனைவருக்கும் அவரவர் யோசனைகளைச் சொல்ல அனுமதிக்க வேண்டும். பிறகு அனைவரும் விவாதித்து சிறந்த வழியைக் காண வேண்டும். இது அலுவலகமானாலும் வீடானும் உறவுகளை மேம்படுத்தும். மகிழ்ச்சியான சூழலுக்கும் வழி வகுக்கும். கூடுதலாக யார் என்ன முடிவுக்கு ஆலோசனை சொன்னாலும் அவர் குடும்ப அல்லது நிறுவன மேன்மைக்காகவும் முன்னேற்றத்திற்குமான வழிகளையே சொல்வார் என்ற நம்பிக்கையும் இருக்க வேண்டும்.

மேற்கூறிய பத்து வழிகளையும் பயன்படுத்தினால் நாளாக நாளாக நீங்கள் உங்கள் இலட்சியத்தை அடைவீர்கள்! உங்கள் நாளும் ஆக்கப்பூர்வமாக மாறும்!

11. சிந்தனை செய் மனமே

ஒரு நாளைத் திட்டமிட்டு வெற்றிகரமாக்குவதில் பெரும்பங்கு மாங்கு மாங்கு என்று ஓய்வில்லாமல் உழைப்பதில் இல்லை, புத்திசாலித்தனமாக உழைப்பதில் இருக்கிறது. அதெப்படி புத்திசாலித்தனமாக உழைப்பது என்கிறீர்களா?

அதற்கு முதலில் நீங்கள் உங்கள் உயிரியல் கடிகாரத்தை அறிந்து கொள்ள வேண்டும். இதென்ன உயிரியல் கடிகாரம்? ஆம், நம் எல்லோரிடமும் நமக்கே நமக்கான ஒரு பயாலாஜிக்கல் கடிகாரம் இருக்கிறது. அதை உணர்ந்து கொண்டால் நமது காரியங்களைச் சிறப்பாக முடிக்க முடியும்.

இரண்டாவது சூழல்களை அறிந்து கொள்வது.

மூன்றாவது காரியங்களை முடிக்காமல் ஒத்திப்போடுவதால் வரும் மன அழுத்தம் இதற்கு Zeigarnik விளைவு என்று பெயர். ஒத்திப்போடுவது ஒரு பழக்கமாகவே மாறிவிடுவது.

உயிரியல் கடிகாரத்தை எப்படி அடையாளம் காண்பது? பெரும்பாலோர் அதிகாலையில் பிரம்ம முகூர்த்த நேரம் எழுவதையும் சுறுசுறுப்பாகக் காலை உடற்பயிற்சி முடிக்கும் போது நாள் முழுதும் நல்ல உத்வேகம் பெறுவதாகவும் உணர்கிறார்கள். ஆனால் ஒரு 10 சதவிகித மக்கள் இரவு

ஆந்தையைப் போலப் பலர் உறங்கும் போது இரவின் அமைதியில் உழைக்கும்போது அதிக உற்பத்தித்திறன் பெறுவதாக உணர்கிறார்கள். இசை அமைப்பாளர் ஏ.ஆர்.ரஹ்மான் இந்த வகையைச் சேர்ந்தவர். பொதுவாக க்ரியேட்டிவிட்டி நுணுக்கங்கள் கொண்டவர்கள் மதியத்திற்கு மேல் நன்றாகப் பணி செய்யக்கூடியவர்களாக இருப்பார்கள்.

காலைவேளையில் ஹார்மோன்கள் ஆராய்ச்சித்துறைக்குப் பண விவகாரப் பேச்சுவார்த்தைக்கு, சிக்கலான விவகாரங்களை முடிக்க ஒத்துவருமானதாக இருக்கும்.

நண்பகலுக்கு மேலாகக் கொஞ்சம் அசதியாக இருக்கும் போது அவ்வளவாகச் சிந்தனை சக்தி தேவைப்படாத வேலைகளைச் செய்யத் தலைப்படலாம். உதாரணமாகத் துணிகளைத் துவைப்பது அல்லது அலுவலகமாக இருந்தால் மின்மடல்களைக் கவனிப்பது போன்றன. ஒரு 10 நிமிடம் தூங்குவது கூட நல்ல சுறுசுறுப்பை மீட்டுத்தரும்.

ஒரு மணிக்கு ஒரு முறை 10 நிமிடம் நடப்பதும் நல்ல பலனைத்தரும்.

மாலை வேலைகளில் ஏதேனும் சிந்தனைத்திறன் கலைத்திறன் தேவையான விஷயங்களில் கவனம் செலுத்தலாம். உதாரணமாக ஏதேனும் திட்டங்கள் வரைவது அல்லது பகுப்பாய்வுத் திட்டங்களைப் பலருக்குத் தொகுத்து வழங்க ஸ்லைடுகள் வரைவது அல்லது வீட்டில் ஏதேனும் தையல் வேலை, அல்லது சமையல் வேலை போன்றவற்றைக் கவனிப்பது ஆகியவற்றில் கவனம் செலுத்தலாம்.

அடிக்கடி அலைபேசியைக் கண் எதிரே வைத்திருப்பது கூட வேலையிலிருந்து ஒருவித கவனச் சிதறலைத்தரக்கூடும்.

சிகர்னிக் விளவும் ஒத்திப்போடும் பழக்கமும்:

கூடுமானவரை நாம் செய்ய முடிந்த வேலைகளை மட்டுமே பட்டியலிட வேண்டும். செய்ய முடியாதவற்றை பட்டியலிட்டு அவற்றை முடிக்க முடியாமல் போகும் போது அது தருகிற மன அழுத்தமே மற்ற செயல்களை செய்ய இயலாமல் தடை செய்யக்கூடும். வேலைகளின் ஆழம் அல்லது அதன்

வீரியம் கண்டு அதைச் செய்து முடிக்க ஆகும் நேரம் கண்டு அப்புறம் செய்து கொள்ளலாம் என்று ஒத்துப் போடுவது பழக்கமாகி விடும்.இப்படி ஒத்திப்போடுவது பழக்கமாகி நம்மை அறியாமலே ஒரு மன அழுத்தத்தை உருவாக்கும் இதற்கு Zeigarnik விளைவு என்று பெயர்.

உணவகங்களில் பணிபுரியும் சர்வர்கள், பலருக்கு உணவு வழங்கிக்கொண்டிருப்பார்கள். அவர்கள் மனதில் யார் யாருக்கு என்ன உணவுக்கான கட்டணம் கொடுக்க வேண்டும் என்பது ஓடிக்கொண்டே இருக்கும். அந்த பில் கொடுக்கும்வரை அந்த அழுத்தம் இருந்து கொண்டே இருக்குமாம். ஆனால் அந்த ரசீதைக் கொடுத்துவிட்டால், அதை உடனே மறந்துவிடுவார்களாம். இதனைக் கண்டறிந்தவர் சிகார்னிக் என்ற ஓர் உளவியல் நிபுணர். இதைப் போலவே ஒரு வேலையைச் செய்து முடிக்காமல் இன்னொரு வேலையைச் செய்ய ஆரம்பித்துவிட்டால். இந்தப் பணியை இன்னமும் முடிக்கவில்லை என்ற நினைவு நமது மனதில் ஓர் அழுத்தத்தைக் கொடுத்துக்கொண்டே இருக்கும் எனவும் மற்ற பணியைச் சரிவரச் செய்யவிடாது எனவும் குறிப்பிடுகிறார்.

ஒத்திப்போடும் பழக்கத்தை நீக்குதல்: எப்படிப் பணிகளை ஒத்திப்போடும் பழக்கத்தைக் குறைப்பது?

எதனால் ஒத்திப்போடுகிறோம் என்பதை உணர வேண்டும். நமக்கு அந்தப் பணியைச் செய்ய ஒவ்வாமை இருந்தால் ஏன் ஒவ்வாமை இருக்கிறது, ஏன் அந்தப் பணியைச் செய்யப் பிடிக்கவில்லை என்பதை அறிய வேண்டும். சில நேரங்களில் நமக்குச் சமைக்க விருப்பம் இருக்காது ஆனால் வீட்டில் பலருக்கும் பசிக்கும் அப்போது சமைத்துத்தான் ஆக வேண்டும். ஆகையால் அதையே நமக்குப் பிடித்தமானதாக அதை மாற்றிக்கொள்ள இலகுவான சில உணவு வகைகளைத் தேர்ந்தெடுக்கலாம், நமக்குப் பிடித்த உணவு வகைகளை, சிறுவயதில் பழகிய உணவு ஆகியவை அல்லது, காய்கறிகளைத் தேர்ந்தெடுக்கலாம். அதையே நமக்கு விருப்பம் உள்ள சூழலுக்கு ஏற்றவாறு மாற்றிக்கொள்ளலாம், நமக்குப் பிடித்த இசையைக் கேட்டுக் கொண்டு சமைக்கத் தொடங்கலாம்.

பிடிக்கவில்லை என ஒத்தி போடுவதைவிட, முடித்துவிட்டு, அதை நம் பணிக்கான பட்டியலிலிருந்து நீக்கிவிடுவது சாலச் சிறந்தது. வேறு வேலைகள் பிடிக்கவில்லை என்றால் ஏன் பிடிக்கவில்லை எதனால் என்று ஆராய்ந்து அதற்கான காரணிகளைக் கண்டறிந்து நீக்குதல் முறையாகும். ஒத்திப் போட்டுக்கொண்டே வருவது முறையல்ல. இரண்டாவது ஒரு காரியத்தை ஒத்திப் போடுவதால் வரும் பின்விளைவுகள் இலாப நஷ்டம் பொருள் விளைவுகளைப் பற்றியும் ஆராய வேண்டும். இவற்றை ஒரு காகிதத்தில் எழுதி கண்கூடாகப் பார்க்கும் போது காரியத்தை நேரத்துக்குள் முடிக்கும் பழக்கம் வரும்.

அலுவலக மேஜை அல்லது வீட்டைச் சுத்தமாக வைத்திருத்தல்: அநாவசியப் பொருட்களை வைத்திருப்பது கூட நமது மனதை அலைக்கழிக்கும். நமக்குத் தேவையில்லாத பொருட்களை அகற்றி நிறையக் காலியிடங்களை வைத்திருப்பது கூட அதிக வேலை இல்லாதது போன்ற ஒரு தோற்றத்தைத் தரும். ஒருவிதச் சுறுசுறுப்பை தரும். அதேபோலத் தேவையான பொருட்களை எடுக்க அதிக நேரம் தேவைப்படாது. கணினியில் கூட கோப்புகளை முறையாகச் சேமித்து வைப்பதும் தேவைப்படாத கோப்புகளை அழித்துவிடுவதும் நேரத்தைச் செம்மைப்படுத்தும், குழப்பங்களைத் தவிர்க்கும்.

வீடுகளில் கூட எடுத்த பொருட்களை எடுத்த இடத்தில் வைப்பது மீண்டும் தேவைப்படும் போது தேட வேண்டிய அவசியத்தைக் குறைக்கும். அதே போல, சமையல் அறையில் அடிக்கடி எடுக்கும் பொருட்களை முன் வரிசையிலும் எப்போதாவது எடுக்கும் பொருட்களைப் பின் வரிசையிலும் அடுக்குவதும் பொருட்களைப் பெயரிட்டு அழகாக வைப்பதும் பயன் தரும்.

சுத்தமாக வைத்திருப்பது பல மனக்குழப்பங்களைத் தவிர்க்கும்.

பிடிக்காத ஒரு காரியத்தை முடித்த பின் உங்களுக்கு ஒரு சின்ன பரிசு கொடுத்துக் கொள்ளலாம். இது கூட ஒரு சின்ன உற்சாகத்தைத் தரும். இதெல்லாம் செய்தும் பிடிக்கவே பிடிக்காத வேலைகள் இருக்கின்றனவா, அப்படியானால் அவற்றை இன்னொருவரிடம் மடை மாற்றிவிடுங்கள். அவர்களிடம்

இருந்து வேறு வேலைகளை நீங்கள் பெற்றுக்கொள்ளுங்கள்! அது உங்களுக்குப் பிடிக்கலாம்!

எப்போது ஒரு வேலையை விட்டு விலக வேண்டும் என்பதும் தெரிய வேண்டும். சில சமயம் நாம் ஒரு திட்டத்தை முடிக்க வேண்டும் எனத் தீர்மானமாக உழைத்துக்கொண்டிருப்போம் ஆனால் அது முடியாமல் தொடர்ந்து கொண்டே போகும். ஒன்றிலிருந்து ஒன்றாக, ஒரு குறிப்பிலிருந்து இன்னொன்றாக நாம் ஆரம்பித்த இடத்திலிருந்து வெகு தொலைவு வந்துவிட்டிருப்போம் ஆனாலும் முடித்துவிட வேண்டும் என நேரம் தாண்டியும் உழைத்துக்கொண்டு மன அழுத்தம் கொண்டு இதர வேலைகளையும் ஒத்திப் போட்டுக்கொண்டு ஒரு பிடிவாதத்தோடு மல்லுக்கட்டிக்கொண்டு போராடிக்கொண்டிருப்போம் இது முடியாது எனத் தெரிந்தும் முடிக்க போராடிக்கொண்டிருப்பது வீண். அப்போது தன்முனைப்பு பார்க்காமல் விலகுவதே புத்திசாலித்தனம். சிலர், அது முடியாமல் போராடி, அழுத்தம் அதிகரிக்க இதர வேலைகளும் முடியாமல் எரிச்சல் கொண்டு நாள் முடிவில் அழுத்தம் அதிகரிக்க அந்த நாள் முழுதும் வீணான முடிவில் எல்லாரிடமும் கோபமும் சினமும் கொண்டு காயப்படுத்திக்கொண்டிருப்பார்கள். வீடுகளிலும் இதனைச் சர்வ சாதாரணமாகக் காணலாம். ரவா தோசை வார்க்கப் பிரயத்தனப் பட்டுக்கொண்டு இருப்பார்கள். மாவில் ரவா அரிசி மாவு சரியான பதத்தில் நீர் சரியான விகிதத்தில் கலந்திருக்கவிடில் சரியான சூட்டில் கல் இருக்காவிடில் என்னதான் முயன்றாலும் நன்றாகத் தோசை வார்க்க வராது. அதிலும் முதல் தோசை ஒட்டிக்கொண்டு பிய்ந்து கல்லிலிருந்து சரியாக வராவிட்டால் விட்டேனா பார் என்று இழுபறியாக இழுத்துக்கொண்டு இருந்தால், நாள் முழுதும் தோசை வார்த்தாற் போல்தான்! இன்னும் கொஞ்சம் ரவா இன்னும் கொஞ்சம் அரிசி மாவு என்று சேர்த்துக்கொண்டு போனால், குரங்கு அப்பம் தின்றகதைதான்! தோசை என்னவோ சரியாக வராது!

நம்மால் ஒரு வேலையைச் செய்ய முடியாமல் போனால், தேவைக்கு மேல் அதிக நேரம் எடுக்குமானால் விட்டு விலகி, அடுத்த வேலைகளுக்குச் சென்றுவிடுவதே மேல். அந்த வேலையைச் செய்ய அதற்கான திறமை கொண்டவர்களை

அழைத்து அந்தப் பணியைச் செய்யச் சொல்லலாம் அல்லது தூங்கி எழுந்து மீண்டும் ஒரு நல்ல மனநிலையோடு அந்தப் பணியை அணுகலாம்!

நமக்கான செயல் நேரம் அறிதல், நமக்கான சூழல் அறிதல் நம்முடைய சுற்றுப்புறத்தை தூய்மையாக வைத்திருத்தல் முடியாத பணிகளிலிருந்து விட்டு விலகுதல் நமக்குப் பிடிக்காத வேலைகளை மடை மாற்றுதல் ஆகியன ஆகியவை நம்மைப் புத்திசாலித்தனமாகப் பணியாற்ற உதவும்.

12. நீயும் நானும் வேறல்ல

நம்முடைய நாளைத் திட்டமிடும் போதும் வேலைகளைப் பகிர்ந்து கொடுக்கும் போதும் அடுத்தவருடைய செயல் திறன்களைப் புரிந்து கொள்ளுவதும் அவசியமாகிறது. அவர்களையும் நம்மைப் போலவே நினைப்பதும் நடத்துவதும் கூட முக்கியமான பண்பாகிறது.

இது மிக எளிமையானது. ஆனால் நடைமுறைப்படுத்துவது மிகக் கடினமானது.

நாம் யாரென்று அறிந்து கொள்ளும் முயற்சியில் நமக்குத் தெரிவதெல்லாம் நம்முடைய தேவைகள்தான், நம்முடைய உணர்ச்சிகள் தான். இது என் தேவை, இது எனக்குப் பிடிக்கும், இது எனக்கு வேண்டாம் ஆனால் நாம் வீடானாலும் அலுவலகமானாலும் நம் தேவைகள் இன்னொருவரின் தேவைகளோடே பின்னிப் பிணைந்தே இருக்கின்றன.

மனித வாழ்க்கையில் எந்த மனிதரும் தனியே சுயசார்புடன் வாழ்ந்துவிட முடியாது. சுய நலத்துடன் வாழ்வது போலத் தோன்றினாலும், அடிப்படையில் சுயநலத்துடன் வாழ்வது மிகக் கடினம். இன்னொரு மனிதரை நேரடியாகவோ மறைமுகமாகவோ சார்ந்துதான் வாழ்கிறோம் அப்படித்தான் வாழ முடியும்.

எனவே நம்முடைய தேவைகளைக் காரியங்களை எளிதாக நிறைவேற்ற அடுத்தவரைப் புரிந்துகொள்ளுதல் அவசியமாகிறது. நம்மை அவரிடத்தில் வைத்துப் பார்க்கும் கற்பனைத்திறன் இருந்தால்தான் அது நடக்கும்.

அலுவலகமாயினும் சரி வீடானாலும் சரி அப்படியான ஒரு புரிந்துணர்வு அவசியம். அப்படியான புரிந்துணர்வு இல்லை எனில், என்னை யாரும் புரிந்துகொள்வதில்லை என்று நாமே புலம்பத்தொடங்கிவிடுவோம், எனக்கு யாரும் உதவுவதும் இல்லை என்ற மன அழுத்தமும் வரும். உண்மை என்ன என்றால், நாம் நம்மைச் சரியாக வெளிப்படுத்திக்கொள்ளவில்லை என்பதும் எம் தேவைகளைச் சரிவரச் சொல்லவில்லை என்பதும்தான்.

ஒருவரை நாம் சரியாகப் புரிந்துகொள்ளவில்லை என்றால் உறவுகள் ஒருவழிப் பாதையாகிவிடுகின்றன. இன்னொருவரை நம் இடத்தில் வைத்துப் பார்க்க முதலில் தேவைப்படுவது ஒவ்வொருவரும் வெவ்வேறுவிதமான மனிதர்கள் என்ற உண்மையை ஒப்புக்கொள்வதே. அனைவரும் ஒரே வேலையை ஒரே மாதிரி செய்ய நாம் ப்ரோக்ராம் செய்யப்பட்ட இயந்திரங்கள் அல்ல. எனவே முடிவுகள் ஒரே மாதிரி இருக்காது. கணவனிடம் குழந்தையைப் பார்த்துக்கொள்ளச் சொல்லிவிட்டுப் பணிக்குச் செல்லும் பெண்களுக்கு, அவருக்கும் தன்னுடைய குழந்தையின் நலன் மீது அக்கறை உண்டு என்ற நம்பிக்கை வேண்டும். எனவே நன்றாகத்தான் அவருடைய வழியில் கவனித்துக்கொள்வார் என்று விட்டுவிட வேண்டும். ஆனால் நம்மைப்போலவே பார்த்துக்கொள்வார் என்று எதிர்பார்ப்பது தவறு என்று புரிந்துகொண்டு சென்று விட்டால் எந்தப் பிரச்சினையும் வராது. அதேபோலவே புதிதாகத் தன் அறையைத் தானே சுத்தம் செய்யக் கற்றுக்கொள்ளும் குழந்தைகளையும் அவர்கள் போக்கில் விட வேண்டும்.

மற்றவர்கள் சூழ்நிலையில் நம்மைவைத்து அப்போது அவர்கள் என்ன உணருகிறார்கள் என்பதைக் கற்பனை செய்து அனுபவித்து உணருவதுதான் எம்பதி எனப்படும் தன்னைப்போலப் பிறரை உணரும் திறன்.

வீட்டில், அலுவலகத்தில் இன்னொருவரின் கேலிக்கோ அவமதிப்புக்கோ ஆளாகும் நிலையில் அப்படி அவமதிப்புக்கு அவரது உணர்ச்சியை நாம் புரிந்து கொண்டோம் என்று தெரிவிப்பது கூட அவரின் வலியைக் குறைக்கும்.

தன்னைப் பிறர் நிலையில் வைத்துப் பார்க்கப் பழகிவிட்டால் நாம் ஒருபோதும் ஒருவரைக் காயப்படுத்தும் செயல்களைச் செய்ய மாட்டோம். இது நமக்கு எளிதில் ஒருவரின் உணர்ச்சிகளைப் புரிந்து நடக்க ஏதுவாக இருக்கும். எனவே காரியங்களை எளிதாகப் பகிர்ந்து கொள்ளவும் எளிதாக இருக்கும். அவருக்கும் நமக்கும் நன்மை தரக்கூடிய விதத்தில் இயல்பாகவே இயங்க ஆரம்பித்துவிடுகிறோம்.

அப்பாவும் அம்மாவும் குழந்தையின் எரிச்சல், பிடிவாதம் கோபம் ஆற்றாமை இவற்றை எல்லாம் புரிந்துகொண்டு நடக்கத் தொடங்கினால், தங்களைக் குழந்தையின் மனோபாவத்தில் வைத்துக்கொண்டு நடக்கத்தொடங்கினால், குழந்தைகளும் அதை உணரத்தொடங்கும். அவர்கள் நடந்து கொள்ளும் முறையிலும் மாற்றம் வரும். எனவே காலை நேரக் களேபரங்கள் இராது. இதனால் இருவருமே அமைதியுடன் தோழமையுடன் காரியங்களைப் பகிர்ந்து கொள்ள முடியும்.

நமக்கு முற்றிலும் தெரியாதவர்களுடன் உறவாட நேரும்போது கூட நம்மை அவர் நிலையில் வைத்து உணர்வது ஆக்கப் பூர்வமான விளைவுகளையே தரும். எடுத்துக்காட்டாக, வீட்டிற்கு உதவ வரும் வேலைக்காரப் பெண்மணி தாமதமாக வரும் போது, சினம் கொண்டு எரிந்து விழாமல், அவளது தாமதத்திற்குக் காரணம் ஏதேனும் இருக்கக்கூடும் என்பதை உணர்ந்தால், காரணம் இல்லாமல் யாருக்கும் தாமதமாகப் பணிக்கு வர என்ன விருப்பம் இருக்கக்கூடும் என்பதை உணர்ந்து மென்மையாக வினவும் போது அது ஒரு நல்ல விளைவையே தரும்.

தன்னைப்போலவே பிறரை நினைக்கும் போது அது, பல மடங்கு மகிழ்ச்சியைத் தரும், பரபரப்பைக் குறைக்கும். அந்த, மகிழ்ச்சியால் வரும் சுறுசுறுப்பு ஆக்கப்பூர்வமான விளைவு ஆகியவற்றை ஒரு நாளின் திட்டமிடுதலில் விளைவிப்பதைக் காண்பீர்கள்.

தன்னைச் சுற்றியுள்ள உலகத்தில் உள்ளவர்களுக்கும் தனக்கும் உள்ள உறவைக் குழந்தை எப்படிப் புரிந்து கொள்கிறது? பெரியவர்களின் கண்கள் வழியாகத்தான், முதலில் ஒவ்வொருவரையும், குழந்தை பார்க்கக் கற்றுக்கொள்கிறது. குழந்தையின் முதல் வட்டத்தில் இருக்கும் பெற்றவர்கள் வழியாகத்தான் ஜாதி, சமூக அந்தஸ்து அனைத்தையும் கற்றுக்கொள்கிறது. எனவே பெற்றவர்கள் சரியான முறையில் பரிவு எம்பதி போன்றவற்றைக் குழந்தைகளுக்குச் சரியாகக் கற்றுக்கொடுக்க வேண்டும்.

அதற்கு முன்மாதிரியாகப் பெற்றோர்கள் இருப்பது அவசியம். தன்னைப் போலப் பிறரை நினைக்கும் எம்பதி என்பது வேறு, கருணை, பரிதாப உணர்ச்சி போன்ற சிம்பதி வேறு.

பரிதாப உணர்ச்சி, வேலைகளைச் சரியாகப் பகிர்ந்து கொடுக்கச் செய்யாது. எனவே அது தேவையில்லை. அது இன்னொருவரை முன்னேற விடாமல் செய்யும். ஆனால் எம்பதி இன்னொருவரைச் சரிசமமாக நடத்தச் செய்யும்.

இன்னொருவரை உள்ளது உள்ளபடியே உணர்ந்து கொள்ளச் செய்யும் உணர்வே எம்பதி. இந்த உணர்வு இல்லாமல் உலகம் இயங்க முடியாது. நம்மிலிருந்து வேறுபட்டவர்களை அவர்கள் நிலையிலிருந்து புரிந்து கொள்ளத் தவறினால், உலகத்தில் எப்போதும் வெறுப்பும் முரண்பாடுகளும் சண்டையும் குரோதமும் நிறைந்து இருக்கும்.

எம்பதிதான் ஒவ்வொரு மனிதனின் தனித்துவத்தையும் சுயமரியாதையையும் மரியாதையும் மதிப்பையும் நாம் உணர ஏற்றுக்கொள்ள உதவுகிறது. நாம் மற்றவர்களுடைய உணர்ச்சிகளைப் புரிந்து கொள்ள வழிவகுக்கிறது.

நம்முடைய கேட்கும் செயல் திறனை அதிகரிக்க வழிவகுக்கிறது.

நம்முடைய கேட்கும் திறமையும் பொறுமையும் அலசும் திறமையும் நாம் அக்கறையுள்ளவர்கள் என்ற ஒரு பிம்பத்தை உணர்த்துகிறது. அதற்குக் காரணம் நம்மிடம் உள்ள எம்பதிதான். அப்படி உணரும் போதுதான் வேலைகளைப் பகிரவும் திட்டமிடவும் முடியும்.

13. உரையாடி உறவாட

நாம் பிறக்கும் முதல் நாளிலேயே நமக்குத் தெரியாத போதுகூட, எதுவும் புரியாது போது கூட பலரைச் சந்திக்கிறோம். அம்மா, அப்பா, தாத்தா, பாட்டி, சித்தி, சித்தப்பா, மருத்துவர், செவிலியர், பெற்றோரின் நண்பர்கள் என்று கணக்கு வழக்கில்லாமல் பலரைச் சந்திக்கிறோம். ஒவ்வொரு வயதிலும் புதுப்புது உறவுகள்; வங்கி ஊழியர் முதல் சக அலுவலர் வரை வாழ்க்கை நெடுக நாம் சந்திக்கும் நபர்கள் ஏராளம். சிலருடன் நெருங்கிய நட்பும் சிலருடன் அலுவலக ரீதியில் உறவுகளும் சிலருடன் நல்ல நட்பும் பேண வேண்டியிருக்கிறது.

நமக்கு மற்ற உறவுகள் இருப்பது போல நாமும் மற்றவர்களுக்கு வெவ்வேறு உறவுகளாக இருப்போம். அவர்களது தினசரித் திட்டமிடுதலை நமது வேலைகளும் பாதிக்கும்.

நம்முடைய செயலாக்கும் திறன், இன்னொருவரின் செயல்களைக் கூட பாதிக்கும்.

இந்த உறவுகள் கொடுக்கல் வாங்கல் கலந்த உறவுகள். என்ன கொடுக்கிறோம், என்ன வாங்குகிறோம் என்பதை இருதரப்பும் உணர்ந்திருக்க வேண்டிய உறவுகள்.

ஒவ்வொரு உறவையும் நாம் எப்படி வைத்திருக்கிறோம் என்பதைப் பொறுத்துத்தான் நம்முடைய அன்றாட நாளின் செயல்கள் முடியப்போகின்றன.

எந்த ஓர் உறவையும் நாம் சரியாக வைத்திருக்காவிடில் அது நம் மன அழுத்தத்தை அதிகரிக்கும். ஆட்டோ ஓட்டுநரானாலும் சரி... நம் நெருங்கிய உறவினரானாலும் சரி. நெருங்கிய உறவினரானால் அதன் தாக்கம் வீரியம் மிக்கது.

குடும்ப உறவுகள் நம் வாழ்க்கையில் தினசரிக் காரியங்களை முடிப்பதில் தீவிரப் பங்கு வகிக்கின்றன.

குடும்ப உறவுகள் நம்மை உடல் ரீதியிலும் உள்ள ரீதியிலும் பாதுகாத்து நம் பணிகளை முடிக்க அந்த இலக்கை அடைய உறுதுணையாக இருக்கக் கூடியவை. குடும்ப உறவுகள் ஒருவருக்கொருவர் காட்டும் அன்பும் ஆதரவும் மகிழ்ச்சியும் அமைதியும் காரியங்களை நேரத்தே முடிக்கக் கூடிய சூழ்நிலையைத் தருகின்றன.

நம் சிந்தனைகள் விருப்பு வெறுப்பு எல்லாமே இங்கேதான் உருவாகின்றன. குடும்ப உறவுகளின் சிக்கலான தன்மை அதில் அன்புடன் அதிகாரமும் கலந்திருப்பதுதான். நாம் குழந்தைகளாக இருந்த போது எதையெல்லாம் அதிகாரம் என நினைத்தோமோ அதையே நம் குழந்தைகள் மீது திணிக்க அஞ்சுவதே இல்லை. நமது விருப்புகளைக் குழந்தைகள் மீது திணிப்பதும் நாம் சரி என நினைப்பதை அது எதனால் சரியாகும் என விளக்காமல் அடுத்தவர் மீது திணிப்பதையும் விடுவதில்லை.

வளரிளம் பருவத்தில் இந்த அதிகாரம் உறைக்கத் தொடங்குகிறது. பெற்றோரிடத்திலும் பெரியோரிடத்திலும் முரண்பாடுகள் தொடங்குகின்றன. முரண்பாடுகளின் காரணங்கள் புரியாமல் அதைப் பற்றி விவாதிக்காமல் விதிகளைத் தளர்த்தப் போராடுகிறோம். வாக்குவாதம் அதிகரிக்க முரண்பாடுகளின் காரணங்கள் பின்னோக்கிப் போக நேரம் விரயமாகி மனத்தாபங்களோடு அலுவலகம் அல்லது பள்ளி செல்கிறோம். வேலை அல்லது பள்ளியில் கவனம் படிவதில்லை.

சமூக அமைப்பில் குடும்பம் என்ற பற்சக்கரத்தில் உணவைக் கடித்து அரைத்து மெல்லுதற்குப் பதில் உதட்டைக் கிழித்து விடக்கூடாது. குழந்தைகள் ஆரம்பத்தில் பெற்றோரைத்தான் முன்மாதிரிகளாக கொண்டிருக்கிறார்கள். ஏதுமறியாத வயதில்

வியந்து போற்றுகிறார்கள். மெல்ல மெல்ல பெற்றோரைச் சார்ந்திருப்பது குறைகிறது. ஆனால் பெற்றோரைச் சார்ந்திருக்கும் போதே பெற்றோர் நல்ல முன்மாதிரியாக இருந்து ஒரு நல்ல குண அடிப்படைகளைஏற்படுத்திவிட வேண்டும். பிறகு அவர்கள் சார்பு நீங்கினாலும் அந்த அடிப்படைக் குணநலன்களை விட்டு அவர்கள் விலகிவிட மாட்டார்கள்.

ஊடகங்கள், பத்திரிக்கைகள் ஆகியவற்றைக் கற்றுத் தெளிவுறும் போது தங்களால் சிறந்த முடிவெடுக்க முடியும் என எண்ணுகிறார்கள். சின்ன சின்ன விஷயங்களில் அவர்கள் எடுக்கும் முடிவுகள் தவறானால் கூட அதனால் ஏற்படும் இழப்பு பெரிதில்லை எனும்போது பெற்றோர் அவற்றை அனுமதிக்க வேண்டும். அந்தத் தவறான விளைவுகள் கற்றுத்தரும் அனுபவப் பாடம் ஏராளம். ஆனால் அதைச் செய்யவிடாமல் தடுக்கும் பெற்றோரால் பிள்ளைகள் எதையும் கற்றுக்கொள்வதே இல்லை, வளர்ந்த பின் தன்னிச்சையாக முடிவெடுக்கும் போது மிகப் பெரிய தவறிழைத்து மிகப் பெரிய பக்க விளைவைச் சந்திக்கும் போது எழ முடியாமல் போகலாம்.

சின்னச் சின்ன தோல்விகளை ஏற்கும் மனப்பக்குவம் தேவை. சரிகமபா என்ற பாட்டுப்போட்டி நிகழ்வொன்றில் ஒரு சிறுவன் சரியாகப் பாடாததால் நீக்கப்பட்டபோது அவருடைய பெற்றோர், நீதிபதிகளைக் குற்றம் சாட்டினர். தன் குழந்தையிடம் என்ன குறை அதை எப்படிச் சரி செய்யலாம் இன்னும் என்ன கற்றுத்தரலாம் என்பது போன்ற ஆக்கப்பூர்வமான கேள்விகளைக் கேட்டிருந்தால் அந்தச் சிறுவனுக்கு வழிபிறந்திருக்கும். மாறாக அவர் பெற்றோர்கள் நீதிபதிகளையே குற்றம் சுமத்தினர். இது போலத் தோல்விகளை ஏற்கத் தெரியாமல், போராட முடியாத மனங்களால் பிறகு தங்கள் வாழ்க்கையை முடித்துக்கொள்ளப் பதின்ம வயதினர் முடிவுக்கு வருகிறார்கள். சமூக வலைத்தளங்களில் அந்தத் தற்கொலையைத் தியாகமாகக் கொண்டாடி சில காலம் ஆதரவும் தெரிவித்து அடுத்த நிகழ்வுக்குச் சென்றுவிடுகிறார்கள். இதனால் யாருக்கு இழப்பு?

சின்னச் சின்ன வேலைகளைச் செய்யப் பழக்குவதன் மூலமும், பகிர்ந்து கொள்வதன் மூலமும் நாளின் வெற்றிகரமான

திட்டமிடல் தொடங்குகிறது. நமக்குத் தெரியாதது எதுவும் இல்லை என்று எண்ணாமல், இன்னொருவருக்கும் அது பற்றித் தெரிந்திருக்க முடியும் என்று எண்ணத் தொடங்குவதிலிருந்து பகிர்தலின் இனிமை ஆரம்பமாகிறது.

2. அலுவல் சார்ந்த உறவுகள்

ஒருவர் வாழ்க்கையில் அலுவல் சார்ந்து மேற்கொள்ள வேண்டிய உறவுகளே மிக அதிகமானவை. அவையே திட்டமிடலில் மிக முக்கிய பங்கு வகிக்கின்றன. நண்பர்களைவிட நாம் அதிகமாகப் பழகுபவர்கள் சக அலுவலர்களே.

ஆட்டோ ஓட்டுநர் ஒரு நாளைக்குச் சராசரியாக நூறு பேருடனாவது பழக வேண்டியிருக்கிறது. அதில் பல மோதல் அல்லது உரசலுடன் முடியக்கூடும். நாம் தினம் இருபது பேருடனாவது பழக வேண்டியிருக்கிறது. ஒவ்வொரு சந்திப்பையும் இனிமையாக வைத்துக்கொள்ள நல்ல முறையைப் பழக்கப்படுத்திக்கொள்ள வேண்டும்.

அதிலும் இப்போதெல்லாம் நேரில் சந்திக்காமல் இணைய வழி உறவாட வேண்டியிருக்கிறது. அப்போது இன்னும் கவனமாக உரையாடுதல் அவசியமாகிறது. என்ன சொல்கிறோம் எப்படிச் சொல்கிறோம் என்பது மிக முக்கியமாகிறது.

தினமும் உடன் பணியாற்றும் இருபது பேர், கூடுதலாகச் சந்திக்கும் நூற்றுக்கணக்கோனோர் என நான் உறவாடுவோர் மிக அதிகம்.

ஒவ்வொரு உறவுக்குப் பின்னாலும் ஒரு நோக்கம் இருக்குமென்பதை உணரவேண்டும். காரியங்களைத் திட்டமிட வேண்டும் என்றால் அதைப் பகிர்ந்து கொடுக்க வேண்டுமென்றால், நாம் நிறைவேற்றும் வேலையை எடுத்துக்கொண்டால், விளம்பர வேலையை இன்னொருவரிடம் கொடுத்துவிட முடிவு செய்யலாம். அப்படி முடிவு செய்கிறபோது விளம்பரத் துறையில் மிகச் சிறப்பாகப் பணிபுரியும் ஒருவரிடம் கொடுக்கிறபோது அவர் அந்தப் பணியில் சிறப்பாகச் செய்பவராக இருந்தால் அதில் தலையிடாமல் கொடுத்துவிட வேண்டும்.

பணத்தை அடிப்படையாகக் கொண்டு பல உறவாடல்கள் நம் சமூகத்தில் நடக்கின்றன. விளம்பரங்கள் கொடுப்பதுகூட

அப்படிப்பட்ட ஒன்றுதான். அலுவலகத்தில் வேலைபார்க்கும் எல்லோருமே அங்கே ஊதியத்துக்காகத்தான் பணிபுரிகிறார்கள். ஒவ்வொருவருக்கும் வெவ்வேறு பணிகள் திட்டங்கள். ஆனால் ஒரு புள்ளியில் நாம் அனைவரும் சந்தித்து வேலைகளைப் பகிர்ந்து ஒரு திட்டத்தை நிறைவு செய்து நிறுவனத்தின் வளர்ச்சிக்குப் பாடுபடுகிறோம்.இந்த ஒவ்வொரு உறவாலும் நமக்கும் நம் வேலையைச் சுமையாக்காமலும் மற்றவருக்கும் அவர் வேலையைச் சுமையாக்காமலும் இருக்கும் போதுதான் தினசரி அலுவலக வேலைகளை இனிமையாக முடிக்க முடியும்.

நீங்கள் விழித்திருக்கும் நேரத்தில் பெரும்பகுதியைக் கல்லூரி, பள்ளி அல்லது அலுவலகத்தில்தான் செலவிடுகிறீர்கள். அங்கே செய்யும் காரியங்களைத் தனியாக அல்லது மற்றொருவருடன் பகிர்ந்து செய்ய வெண்டியிருக்கும் போது இந்த உறவுகள் அவசியம். விரும்பியும் விரும்பாவிட்டாலும் கூட குழுக்கள் பலமாக இருப்பதன் அவசியத்தை நிறுவனங்கள் வலியுறுத்துகின்றன.

அதிகாரப் பகிர்வு என்பதை வேலைப் பகிர்வின் இன்னொரு அடையாளமாகப் பார்க்கும் மனப்பக்குவம் தேவைப்படுகிறது. இதிலேயே இன வேறுபாடுகளைக் கூட அடையாளம் காண முடியும். ஒரு குறிப்பிட்ட வேலைகளை ஒரு குறிப்பிட்ட இனத்தைச் சேர்ந்தவர்களுக்குக் கொடுப்பதைக் கண்டு மனிதவளத்துறையைச் சேர்ந்தவர்கள் அந்த அதிகாரியைக் கண்டிக்கவோ தேவைப்பட்டால் தண்டிக்கவோ முடியும்.

எந்த அதிகாரச் செயல்பாடும் மனித உறவுகளைச் சிதைக்காமல் காயப்படுத்தாமல் செயல்பட வேண்டுமானால், அது தொடர்பான மனித உறவுகளைப் பேணி அது சம்பந்தப்பட்ட மனிதர்களின் உறவுகளை மதித்தும் செயல்பட வேண்டும்.

மனித உறவுகளைப் பேணுவதில் வல்லவராக இருந்தவர் அதிபர் ஒபாமா. அவரது அலுவலகத்தில் இருந்த ஊழியர்களை அவர் நட்புறவுடன் நடத்தியதாலேயே அவர் விடை பெற்றுச் சென்றபோது அத்தனை பேரும் கனத்த இதயத்துடன் விடை கொடுத்தனர். ஆனால் அதிபர் டிரம்ப்பின் ஆணவமும் நினைத்த மாத்திரத்தில் தன் கீழ்ப் பணி புரியும் அலுவலர்களைச் சரியாக

வழிநடத்தாத காரணத்தால் பலர் தங்கள் பதவியைத் துறந்தனர். பல இடங்கள் நிரப்பப்படவே இல்லை.

அச்சத்தால் வரும் மரியாதை என்றும் நிலைத்திருக்காது.

நேரம் கடந்தாலும் காரியங்களின் தன்மை கருதி முடித்துத்தர வைக்கும்.

சுற்றமும் நட்பும்: அண்டை வீட்டுக்காரருடன் இருக்கும் நட்பும் கூட உங்கள் தினசரித் திட்டமிடுதலில் சில சமயங்களில் கைகொடுக்கும். எடுத்துக்காட்டாக, காலையில் குழந்தைகளுக்குப் பள்ளிக்கு அழைத்துச் செல்ல வரும் பேருந்து சற்றே தாமதமாக வந்தால், அவர்கள் பொறுப்பில் குழந்தைகளை விட்டுவிட்டு நீங்கள் அலுவலகம் செல்லக் கூடும். அல்லது, இருவருடைய குழந்தைகளும் மாலையில் ஏதேனும் கல்விக்கு அப்பாற்பட்ட வகுப்புகளில் இணைந்திருந்தால் ஒரு நாள் நீங்களும் மறுநாள் அவர்களுமாக அழைத்து வரலாம். அப்போது உங்கள் நேரம் மிச்சப்படும்.

சமூக அமைப்புகளுடனான உறவுகள்: சமூக அமைப்பு களுடனான உறவுகள் கூட உங்களின் திட்டமிடுதலில் தலையிடக்கூடும். அது எப்படி என்று கவனிக்கும் முன், சமூக அமைப்புகளுடனான உறவுகள் என்ன என்பதைப் பற்றித் தெரிந்து கொள்வோம்.

நம் சமூகத்தில் நிறைய அமைப்புகள் இருக்கின்றன. அவை அரசியல், மதம் அல்லது இலாபம் எதிர்பார்க்காத தன்னார்வ நிறுவனங்கள், கலை இலக்கிய நிறுவனங்கள், விளையாட்டு நிறுவனங்கள், குடியிருப்பு மையங்கள் எனப் பல.

நம்முடைய கருத்துகளின் அடிப்படையில் நாம் இவற்றில் பங்கேற்கலாமே தவிர, நமக்குத் தெரிந்தவர் சொன்னார் என்பதற்காக விருப்பம் இன்றி இவற்றில் பங்கேற்றால் நாளடைவில் இவை ஒரு சுமையாக மாறிவிடக்கூடும். கேளிக்கை நிகழ்ச்சிகள் தான் என்றாலும் கூடுதலான நிகழ்வுகள் நேரத்தை தின்னக்கூடியவை.

சில அமைப்புகள் சமூகப் பணியில் இயங்குவதாகச் சொல்லிக்கொண்டு ஆபத்தான பணியில் சட்டத்திற்கு விரோதமான பணியில் கூட இயங்கிக்கொண்டிருக்கலாம்.

இவற்றுடனான உறவு என்பது இவற்றில் இருக்கும் ஒரு முக்கிய நபரின், அல்லது அணுக்கத் தொண்டராக இருக்கும் நண்பருடன் தான். ஆனால் அவருக்காக அந்த நிறுவன விழாக்களில் பங்கெடுப்பது நமக்கு வரக்கூடிய வாய்ப்புக்களைப் பறிக்கக் கூடச் செய்யலாம்.

இதையெல்லாம் கூர்ந்து கவனித்தே நாம் இப்படியான சமூக அமைப்புகளுடன் உறவு கொள்ள வேண்டும். அவர்கள் ஆண்டுவிழா நிகழ்வுகளுக்குத் திட்டமிட எனக் கூடும் கூட்டங்கள், அல்லது பயிற்சி கொள்ளக்கூடிய நாட்கள் ஆகியவற்றால் நமக்கு என்ன பயன், அதற்கு ஆகும் நேரம் என்ன என எல்லாவற்றையும் ஆராய வேண்டும். அந்த நேர விரயத்தால் நம் குடும்பத்தாருடன் செலவழிக்கும் நேரம் அல்லது நம் அலுவலக முன்னேற்றத்திற்குப் படிப்பதற்காகச் செலவிடும் நேரம் குறையுமானால் அது தேவைதானா என்ற கேள்வியையும் கேட்டு அதன்படி செய்ய வேண்டும்.

வார இறுதிநாளாகக் கூட இருக்கலாம். ஆனால் பயிற்சி நேரம் இரண்டு மணி என்றால் சரியாக இரண்டு மணிக்குள் முடியாவிடில், அதிக நேரம் எடுத்துக்கொண்டால் அது உங்களுடைய இதர காரியங்களைப் பாதிக்கும். வார இறுதியில் செய்யும் பணிகள் முடியாவிடில், மறு வாரப் பணிகளில் அந்தப் பாதிப்பு இருக்கும். எனவே இவை அனைத்தும் தேவைதானா என்ற ஆராய்ச்சி தேவை. அதன் பின்னரே முடிவு செய்தல் மிக அவசியம்.

ஒரு சமுதாயத்தின் மேம்பாட்டிற்குச் சிறந்த தனி மனிதர்களைப் போலச் சமூக அமைப்புகளும் அவசியம். அவற்றில் நமது வாழ்க்கைத்திறன்களைப் பயன்படுத்திப் பங்காற்றுவதும் அதே சமயம் அந்தப் பங்களிப்பு நமது வாழ்க்கையையும் முன்னேற்ற ஏதுவாக இருக்குமாறும் ஒரே ஆற்றுப்போக்கில் இருத்தல் அவசியம். உதாரணமாக, ஒரு அகதிகள் முகாமில் தன்னார்வத் தொண்டில் ஈடுபடுகிறீர்கள் என்று வைத்துக் கொள்வோம். அங்கே இருக்கும் பணிகளில் ஆங்கிலம் தெரியாதவர்களுக்கு ஆங்கிலம் கற்றுக்கொடுத்து, தொழிற்கல்வி கற்றுக்கொடுத்து பணி வாங்கித்தருவது, உங்களுடைய நடைமுறை அலுவலகப் பணிக்கும் சிறப்பு ஏற்படுத்தும்மானால் அதையே செய்யலாம்.

மாறாக உங்கள் நடைமுறை அலுவலகப் பணி வேலை வாங்கித் தருவதாக இருந்து, தன்னார்வத்துடன் நீங்கள் செய்யும் செயல்கள் உணவு சமைப்பது என்று இருந்தால் அது கூடுதல் வேலையாகத்தான் முடியுமே தவிர உங்கள் நடைமுறையை வேலையை மேம்படுத்தாது.

உறவாடுதலில் என்ன என்ன தடைகள் அல்லது முட்கள் இருக்கலாம்?

சுயநலம் மேலோங்கி இருத்தல் - எந்த ஓர் உறவிலும் உறவு கொள்ளும் அனைவருக்குமே பலன் இருக்க வேண்டும். அதில் சுயநலம் மட்டுமே மேலோங்கி இருக்கக் கூடாது தோற்பவர், ஏமாறுபவர் என இருத்தல் கூடாது

2. எந்த ஓர் உறவிலும் துரோகம் இருத்தல் கூடாது. அப்படிப்பட்ட துரோகத்தை நியாயப்படுத்த முயலவும் கூடாது. உறவுகள் பரஸ்பர நம்பிக்கையின் அடிப்படையில் ஏற்படுபவை. மறந்தும் கூட இன்னொருவரை ஏமாற்ற நினைக்கக் கூடாது.

3. எல்லாம் தானாக நடக்கும் என்ற மனப்பான்மையும் கூடாது. நடக்கிறபடி நடக்கட்டும் என்ற மனப்பான்மை, உறவுகளைச் சாம்பல் போட்டு அணைத்த நெருப்பாக அணைத்துவிடும். யாரேனும் ஒருவர் மாற்றி ஒருவர் இடையறாது நீரூற்றி செடிகளைப் பேணி பாதுகாப்பது போல உறவுகளைப் பேணுவது நலம்.

நம்முடைய காரியங்கள் நடந்தால் சரி என்ற அளவில் உறவுகளில் ஈடுபடுவதும் தவறு.

உறவுகளைப் பலப்படுத்துவது எப்படி?

ஒவ்வொரு உறவிலும் நமது எல்லை என்ன என்று தீர்மானித்துக்கொள்ள வேண்டும். அது உறுதியானதாகவும் அனைவருக்கும் தெரியுமானதாகவும் இருக்க வேண்டும். அதே நேரம் யாரேனும் அந்த எல்லையை விரிவு படுத்த வினவினால் திறந்த மனதுடன் பரிசீலிக்கலாம்

நாம் எப்படி நடந்து கொள்கிறோமோ அப்படித்தான் அடுத்தவரும் நம்மிடம் நடந்து கொள்வார். என்ன பலனை

நாம் அடுத்தவருக்கு கொடுக்கிறோமோ அதுவேதான் நமக்குக் கிடைக்கும்.

எந்த உறவிலும் கருத்து வேறுபாடுகள் இருக்கக் கூடாதென்பதில்லை. ஆனால் அதை நியாயமாக, தனிப்பட்ட சினம் சேர்க்காமல் எதிராளியைத் தாக்காமல் அவமரியாதை செய்யாமல் சொல்ல கற்றுக்கொள்ள வேண்டும். கருத்துக்களை உறுதியாகத் தெரிவிக்க வேண்டும், உங்கள் வேறுபாடு கருத்துக்களோடு மட்டும்தானே தவிர நண்பரோடு இல்லை. வயது முதிர்ந்த படித்த இரண்டு நபர்களிடையே ஒத்த கருத்துக்கள் இருந்துதான் இருக்க வேண்டிய கட்டாயம் இல்லை. உங்களுடைய கருத்தையே அவரும் பிரதிபலிக்கத்தான் வேண்டும் என்றால் நீங்கள் கண்ணாடியுடன் உறவாடிக்கொள்ளலாம். தனி நபர் எதற்கு? மாறுபட்ட கருத்துக்கள் வரும் போது அது நன்மைக்காகவும் இருக்கலாம். நீங்களும் இன்னொரு கோணத்தையும் புரிந்து கொண்டு இன்னும் ஆழமாகப் பார்க்கலாம்.

நேசம், மரியாதை அக்கறை ஆகிய பண்புகள் எப்போதும் அவசியம், அவையே நல்ல நட்புகளைப் பெற்றுத்தரும். கனியிருக்கக் காயை விரும்பாதது போல்,இனிய சொற்கள் இருக்க இன்னாது கூறாதீர்கள்.

உறவு இனிமையானதாகவும் நம்பகமானதாகவும் இருக்க என்ன செய்ய வேண்டும்?

ஆரோக்கியமான உறவில் நம்பிக்கையும் மதிப்பும் இருக்கும். தொடர்ந்து உறவை மேம்படுத்திக்கொண்டே இருக்க வேண்டிய முயற்சியும் இருக்கும். தன்னுடைய உறவைப் பலவீனப்படுத்திவிடுவாரோ என்ற பயம் இருக்காது, ஒருவர் மற்றவரைச் சுரண்டுவதும் இல்லை, ஏமாற்றுவதும் இல்லை.

ஓர் உறவை ஆரோக்கியமானதாக்கப் பல வழிகள் உள்ளன

1. **மதிப்பு:** நாம் உறவாடும் ஒருவரை மதிப்போடும் நம்பிக்கையோடும் நடத்த வேண்டும். கருத்து வேறுபாடுகள் இருந்தாலும் இன்னொருவரை மதிப்போடு நடத்த வேண்டும். பாடகர் எஸ் பி பாலசுப்பிரமணியம் இறந்தபோது இரங்கல்

குறிப்பு சொன்ன பலரும் நெகிழ்ந்து போனது அவரது பிற மனிதர்களை மதிக்கும் அந்தப் பண்பிற்காகத்தான்.

2. பொறுப்புணர்வு: உங்களுடன் உங்களை நம்பலாம் என்பதே பொறுப்புணர்வின் அடையாளம். நாம் ஒரு செயலைச் செய்வதாக வாக்களித்தால் சொன்ன நேரத்திற்குள் சொல்லிய வண்ணம் சொல்லியபடி முடிக்க வேண்டும். சொல்லுதல் யார்க்கும் எளியதாம் அரியவாம் சொல்லிய வண்ணம் செயல் என்றெல்லாம் நன்கு அறிந்து திட்டமிட்டு நம்மால் முடிக்க முடிந்த ஒன்றையே காலப் பகுமானங்களோடு வாக்குக் கொடுக்க வேண்டும். அப்படி வாக்கு கொடுத்துவிட்டால் அதை முடித்துவிட வேண்டும். முடிக்க வேண்டும் என்பதற்காக அரைகுறையாகச் செய்தலும் கூடாது. நம்மால் நமது சக்திக்கு ஏற்றவாறு நல்ல முறையில் முடித்தல் வண்ணம். நல்லது என நாம் நினைத்தை நடத்திடும் உள்ளம் வேண்டும். அப்படிச் செய்தால் தான் நம் மீது ஒரு நம்பகத்தன்மை வரும்.

இதற்கு எது நல்லது எது தீயது எதை நம்மால் செய்து முடிக்க முடியும் முடியாது என ஆராய்ந்து அறியும் பக்குவத்தையும் வளர்த்துக்கொள்ள வேண்டும். இதுவே உங்கள் நலத்தையும் உங்களைச் சார்ந்திருப்போர் நலத்தையும் பக்குவத்தையும் கவனித்துக்கொள்ளும் முறையாகும். அருச்சுனனுக்கு ஒரு வில் இராமனுக்கு ஒரு சொல் என்று கேள்விப்பட்டு இருப்பீர்கள் அது போல அந்த நம்பகத்தன்மையை வளர்த்துக்கொள்ள வேண்டும்

3. புரிந்துணர்தல்: நம்முடன் உரையாடுபவர் சொல்வதைப் புரிந்து கொள்வது. நன்றாகப் புரிந்துகொள்ள நன்கு செவி மடுக்க வேண்டும். ஒருவர் சொன்னதைத் திருப்பிச் சொல்லி நீங்கள் கேட்டுப் புரிந்து கொண்டது சரிதானா என்று சரிபார்ப்பதில் தவறேதும் இல்லை. இந்தப் பழக்கம் வீடுகளில் மிக முக்கியம். சில சமயம் மனைவி ஏதேனும் பணிகளைச் சொல்லிவிட்டுச் சென்றிருக்கக் கூடும். கணவர் தன் மின்மடலில் அல்லது தொலைக்காட்சி நிகழ்வுகளில் கவனம் செலுத்திக்கொண்டிருந்துவிட்டுச் சரி எனச் சொல்லிவிட்டு பிறகு செய்யாமல் குழம்பி காரியங்கள் சிதறிப்போனதும் அதன் காரணமாக மனஸ்தாபங்கள் வந்ததும், வருவதும் பல வீடுகளில் கண்கூடு.

4. **ஒத்துழைப்பு:** அலுவலகமாயினும் வீடாயினும் சக உறவினரிடையே நண்பரிடையே ஒத்துழைப்பு மிக அவசியம். நாம் அனைவரும் இயைந்து ஒத்துழைத்து ஒரு வேலையைச் செய்யும் போதுதான் அது நன்கு பூர்த்தியாகிறது. சக்கரங்கள் திசைக்கு ஒன்றாகச் சென்றால் வண்டி ஊர் போய்ச் சேராதது போல, பணியாளர்கள் ஒன்றாக இயைந்து வேலை செய்யவில்லை என்றால் எந்தத் திட்டமும் நன்றாக உருவாகாது.

5. **அக்கறையும் ஆர்வமும்:** குடும்பத்து உறுப்பினர் அனைவரிடமும் ஒவ்வொருவருடைய அன்றாடப் பணிகளை முடித்துவைக்க ஆர்வமும் அக்கறையும் இருக்க வேண்டும். மனைவியின் காரியங்கள் முடியாவிட்டால் எனக்கென்ன என்று கணவனோ கணவனின் காரியங்கள் முடியாவிட்டால் எனக்கென்ன என்று மனைவியோ அசிரத்தையாக இருக்க முடியாது. ஏனெனில் ஒருவரின் மன அழுத்தம் அந்தக் குடும்பத்தில் உள்ள அனைவரின் மன அழுத்தைத்தையும் பாதிக்கும்.

உறவாடுதல் என்பது நம் சிந்தனைகளைக் கருத்தை அக்கறைகளைக் கவலைகளைப் பகிர்ந்து கொள்ளுதல். நிறுவனத்தில் அனைவரின் திட்டமிட்ட செயல்களும் நிறைவேறும்போதுதான் அந்தக் குழுவின் திட்டம் நிறைவேறும். அப்போதுதான் அந்த நிறுவனத்தின் திட்டம் நிறைவேறும். எனவே உறவாடுதல் இன்றிமையாததாகிறது. அந்த உறவாடுதலுக்கு மிக முக்கியமானது உரையாடுதல்.

13.சொல்லாத சொல்லும் சொல்லல்ல

உரையாடுவது என்பது வெறும் பேச்சு என்பது மட்டும் அல்ல. அது எழுத்து வடிவத்தில், படங்கள் வடிவத்தில் சில சமயம் ஓவியமாகக் கூட இருக்கலாம். நாம் ஒருவருடன் ஒருவர் தொடர்பு கொள்ள உரையாடல் மிக முக்கியம். உரையாடும் போது கவனம் கொடுத்துக் கேட்பதும் அதைப் புரிந்து கொள்வதும் கூட முக்கியம்.

அதனால்தான் ஒவ்வொரு காலகட்டத்திற்கும் தொடர்ந்து தகவல் பரிமாறிக்கொள்ள புதிதுபுதிதாகத் தொழில்நுட்பத்தின் மூலம் இன்னும் வசதியாக துரிதமாக இன்னும் அதிதுரிதமாக கருவிகளைக் கண்டுபிடித்துக்கொண்டே இருக்கிறார்கள். இதனால் கருத்துக்கள் பரிமாறிக்கொள்வதன் விஸ்தீரணம் குறைந்து சுருங்கி பல குழப்பங்களை ஏற்படுத்துகிறது.

டெலிபோன், பிறகுசெல்போன், குறுஞ்செய்தி, பிறகு படங்களுடன் கூடிய செய்தி, இப்போது நினைத்த நேரத்தில் உலகின் எந்த மூலையிலும் வீடியோவின் உதவியுடன் பேசக்கூடிய இலவச இணைப்புகள் என புதுப்புது வழிகளை உருவாக்கிக் கொண்டே போகிறோம்.

ஆனால், அவை அனைத்தையும் புரிந்து கொண்டு உள்வாங்கிக்கொண்டுதான் பேசுகிறோமா அப்படி எனில்

இத்தனை மன அழுத்தங்கள் ஏன் இத்தனை தற்கொலைகள் ஏன்?

ஒரு தகவலைப் பரிமாறும் போது நாம் தகவலை மட்டுமே பரிமாறுவதில்லை. நம் சிந்தனையை, எண்ணங்களை வெளிப்படுத்துகிறோம். இளையராஜாவின் இசையைப் பிடிக்கிறது என்று ஒருவர் சொன்னால், அது வெறும் இசையை மட்டும் ரசிப்பதில்லை, அந்த பாடல் வெளிவந்த போது அவர் இருந்த சூழ்நிலை, அப்போது அவர் அந்தப் பாடலை ரசிக்கச் செய்த பின்னணி அதற்கே அவர் மனம் சென்று விடுகிறது. ஆகையால்தான் மற்றொருவர் அந்த இசை பிடிக்காது என்று சொன்னால், அது அந்த மொத்தச் சூழலையும் சொன்னதாகப் புரிந்து கொண்டு, விரோதம் வளர்கிறது.

ஒவ்வொரு தகவல் பரிமாற்றத்திற்குப் பின்னும் நம் சிந்தனையும் அக்கறையும் அறிவும் பொருந்தியிருக்கின்றன. சில வகை ரசனைகள் அறிவுஜீவித்தனத்தையும் மற்ற சில கீழ்த்தட்டு ரசனையைக் குறிப்பதாகவும் கூடக் கற்பிதம் செய்யப்பட்டு சினத்தை வரவழைக்கின்றன. எனவே தகவல் பரிமாற்றத்தில் கூடக் கவனமாக இருக்க வேண்டியது அவசியம். ஏன் எனில், ஒரு தகவலைச் சொல்லும் போது, அதைச் சொல்லும் போது நீங்கள் உணரும் தொனி, அப்போது வெளிப்படும் தொனி, கேட்பவர் உணர்வதாக நீங்கள் நினைக்கும் தொனி, அவர் உண்மையிலேயே கேட்பது எனப் பலவகை உண்டு.

தகவல் பரிமாற்றம் இரண்டு பேர்களுக்கு இடையே இரண்டு திட்டங்களில் பணி செய்யும் இரு குழுக்களிடையே அல்லது இரண்டு நிறுவனங்களுக்கிடையே இருக்கலாம்.

நம் உணர்ச்சிகளைப் புரிந்து கொள்ள, நம் அழுத்தங்களைச் சரியாகக் கையாளத் தகவல் பரிமாற்றம் மிக அவசியமானதொன்று.

ஒரு திருமணத்தில், குழந்தைக்குப் பசி அதிகமாகி அழுத்தொடங்கியிருக்கிறது. மாப்பிள்ளையின் அக்காவின் குழந்தை. சமையலறைக்குச் சென்ற அக்காவின் மாமா, பால் இருக்குமா எனக்கேட்டிருக்கிறார். பால் இன்னும் காயவில்லை என்று சொல்லியிருக்கிறார்கள். அப்போ, வெந்நீராவது

கிடைக்குமா எனக்கேட்டிருக்கிறார். அதைக் கேட்ட பெண்ணின் வீட்டைச் சேர்ந்தவர்களுக்கு, அதென்ன வெந்நீராவது என கேட்பது, நேற்று இரவு நல்ல சாப்பாடுதானே போட்டோம், இன்னும் காலையே விடியவில்லை அதுக்குள்ளாக இதென்ன வம்பு என ஆரம்பிக்க சண்டை ஒன்றுக்குள் ஒன்றாக வளர்ந்து கொண்டே போனதாம்.

இன்னொருவரின் கருத்தைப் புரிந்து கொள்ள அவரது எண்ண ஓட்டத்தை தெரிந்து கொள்ள மற்றவர் நம்மைப் புரிந்து கொள்ளத் தகவல் பரிமாற்றம் மிகத் தேவை. இப்போதெல்லாம் எங்கும் எதிலும் கவனம் தேவை. மின்தூக்கியில் செல்லும் போது நீ அழகாக இருக்கிறாய் என யாரையேனும் சொல்லிவிட்டால் அது பாலியல் குற்றத்திற்கு ஆளாக்கலாம். அமெரிக்க நிறுவனம் ஒன்றில் பணி புரியும் ஒரு ஆப்பிரிக்க அமெரிக்க நண்பர் முடிதிருத்திவிட்டு பணிக்கு வந்தபோது அவர் நண்பர், இப்போதுதான் நீ ப்ரொபஷனல் லுக்குடன் இருக்கிறாய் என்று ஒரு முதிர்ச்சியான தோற்றத்தைக்குறிக்க விளையாட்டாகச் சொல்லப்போக, அவர் ஆப்பிரிக்க அமெரிக்கர்களுக்கே உரிய குழல் குழலான கற்றை முடியை இழந்ததைக் குறிப்பதாக மனித வளாகத்தில் புகாரிட வினையாகப் போனது. எனவே எதைச் சொல்ல வேண்டும் சொல்லக்கூடாது என்பது தெரிந்திருக்க வேண்டும்.

ஒருவரோடொருவர் உரையாடும்போது ஒருவருக்குப் புரியவில்லை என்றால் மற்றொருவர் திருத்தமாகப் பேசவில்லை அல்லது கேட்பவருக்குப் புரிந்து கொள்ளும் ஆற்றல் இல்லை பொருள்.

புரிகிற மாதிரி எடுத்துச் சொல்வது ஒரு திறன். இன்னொருவர் என்ன சொல்ல வருகிறார் என்பதைப் புரிந்து கொள்வதும் ஒரு திறன். மொழி முக்கியம். மொழி என்பது தமிழ் ஆங்கிலம் தெலுங்கு என்பது மட்டும் அல்ல, அது உடல் மொழியாகக் கூட இருக்கலாம். எதுவாயினும் எப்படி பேசுகிறோம், எப்படி வெளிப்படுகிறோம் என்பது முக்கியம். முகக்குறிப்புகள் கை அசைவுகள் குரல் ஏற்றத்தாழ்வுகள் எல்லாமே.

அதிலும் அமெரிக்கா போன்ற பல நாட்டு மக்களுடன் பணி புரியும் சூழலில் பல இனக் கலாசாரங்களை அறிந்து

உரையாடுதல் அவசியம். தலையை ஆட்டி ஆமாம் இல்லை என்று சொல்லும் ஆசிய வழக்கம் அமெரிக்கர்களுக்குப் புரியவே பல காலமானது.

நாம் ஒருவரோடரோவர்தொடர்பு கொள்ளும் போது பொதுவாக மூன்றுவிதமான அணுகுமுறைகளைப் பின்பற்றுகிறோம்.

1. ஆக்ரோஷம்

2. அமைதி

3. உறுதி

இந்த மூன்றும் அல்லது மூன்றில் இரண்டு வெவ்வேறு விகிதங்களில் கலந்து வெளிப்படும். உறுதியாகப் பேசுவதை நாம் ஆக்ரோஷத்துடன் பேசுவதுடன் குழப்பிக்கொள்கிறோம்..

ஆக்ரோஷமான வெளிப்பாடு என்பது அடுத்தவரைக் காயப் படுத்தக்கூடியது. அதுவும் காலையில் வீசப்படும் சுடு சொற்கள், தீய சொற்கள் நாள் முழுதுமே எந்த காரியத்தையுமே செய்யவிடாமல் தடுக்க வல்ல ஆற்றல் கொண்டவை.

ஆவேசமாகவும் ஆக்ரோஷமாகவும் பேசக்கூடியவர்கள் தங்களுக்கு எல்லா உரிமைகளும் உண்டு என நினைப்பவர்கள், எல்லாம் தன் அதிகாரப்படியே நடக்க வேண்டும் என நினைப்பவர்களும் கூட. மற்றவர்களுக்கும் அதிகாரமும் விருப்பமும் ஆசைகளும் உண்டு என எண்ண மாட்டார்கள்.

அடுத்தவர் பேசுவதைக் காது கொடுத்து கேட்க கூடமாட்டார்கள்.

திறந்த மனம் கொண்டவர்களும் இல்லை. மற்றவர்கள் பேசும்போது இடை மறித்து பேசி ஆதிக்கம் செலுத்துவார்கள்.

கடுமையான உடல் மொழி, முகத்திலேயே பொறுமையின்மை தெரியும் விதத்தில் கடுமையான முகபாவங்கள் இருக்கும். தன் எண்ணங்கள்தான் சரி மற்றவர்களுடைய எண்ணங்கள் தவறு என்ற அளவில் அவர்கள் பேச்சு இருக்கும்.

அமைதி: அமைதியானவர்கள் மிகவும் அழுத்தமானவர்களாக இருப்பார்கள். தங்களுடைய உண்மையான உணர்வுகளை

வெளிப்படுத்த மாட்டார்கள். மற்றவர்கள் சொல்லுக்கு மறுப்பு ஏதும் சொல்ல மாட்டார்கள். இதுவும் ஆபத்தானதே.

பேசும் போதும் கண்களைத் தாழ்த்திக் கொண்டு பேசும் மனோபாவம் உள்ளவர்கள். தங்கள் கருத்தில் முழு மதிப்பில்லாததால் மற்றவர் அதை நம்புவது கடினம். இப்படியானவர்களால் குழுத்திட்டத்திற்கு எந்த பங்களிப்பும் இருக்க முடியாது. அதுவும் ஒரு நிறுவனத்திற்கு நல்லதல்ல.

பெரும்பாலான சமயங்களில் மறுப்பேதும் சொல்லமாட்டார்களே தவிர தாங்கள் விரும்புவதையே செய்வார்கள். எனவே திட்டமிடும் செயல்கள் சரியாக நடைமுறைப் படுத்த இயலாது

உறுதியான நிலை எடுப்பவர்கள் தன்னையும் மற்றவர்களையும் சரிசமமாக நடத்தக்கூடியவர்கள். தங்கள் எண்ணங்களைச் சரியான முறையில் வெளிப்படுத்தக்கூடியவர்கள். தனக்கு உரிமை இருப்பதைப் போலவே இன்னொருத்தருக்கும் சரி சமமாக உரிமை இருப்பதை புரிந்து கொண்டு செயல்படக் கூடியவர்கள்.

தங்களுடைய எண்ணங்களை எந்த வித உணர்ச்சிக்கலவைக்கும் ஆளாகாமல் வெளிப்படுத்தக்கூடியவர்கள்.

அலுவலகத்தில் கூட்டம் நடக்கும் போது தங்கள் முறை வரும் வரை காத்திருந்து தங்கள் கருத்துக்களைத் தயங்காமல் எடுத்துரைத்து சொல்லக்கூடியவர்கள். இவர்கள் குழுவில் இருப்பது எல்லோருடைய செயல் திறனையும் அதிகரிக்கும். குழுவினர் அனைவரையும் அனுசரித்து நடந்து கொள்வார்கள். தெளிவாகச் சொல்லவும், செவிமடுத்து கேட்டுப் புரிந்து கொண்டு நடப்பதாலும் இந்தத் திறனே திட்டமிடுதலில் அதிகம் தேவைப்படும் திறனாகிறது.

உறுதி குணம் அதிகமாக இருப்பதும் ஆக்ரோஷம் மிக குறைவாக அல்லது இல்லாதிருப்பதும் பலன் தரும். தந்தை அல்லது அன்னை பிள்ளைகளிடம் உறுதியாகச் செய்ய வேண்டிய செயல்களை, எந்த நேரத்தில் எப்படிச் செய்ய வேண்டும் என்பதைத் தெளிவாகச் சொல்லுதல் வேண்டும். செய்ய முடியாமல் போனால் அதற்கான காரணங்களைக் கேட்டுத் தெரிதல் வேண்டும். மனம் திறந்த உரையாடல் அவசியமாகிறது. இதற்கு உறுதி நிலைப்பாடே சரியாகும்.

தொடர்பு கொள்ளும் வழிகள்

ஒரு வழித் தொடர்பு: ஒரு பக்கம் இருந்து வரும் தகவல் தொடர்புகள் - அரசுத் தரப்பில் இருந்து அல்லது நிர்வாகத்தில் இருந்து வரும் தகவல் - அவசரநிலைப் பிரகடனம் அல்லது நாளை அலுவலகம் விடுமுறை போன்றன.

இருவழித்தொடர்பு: நாம் அனைவரும் பயன்படுத்தும் உரையாடல், கடிதம் மின்மடல் போன்றவை.

இருவழித்தொடர்பு வாய்வழியான உரையாடலாக இருக்கலாம். இது தகவல் நிறைந்ததாக இருக்கலாம் அல்லது கேள்வி பதில் வடிவத்தில் இருக்கலாம். விடைகள் தேடுவதற்கான குறிப்புகளாக இருக்கலாம்.எதுவானதாக இருந்தாலும் வாய்வழி உரையாடலில் சொல்லுவதை எளிமையான மொழியில் அடுத்தவர் புரிந்து கொள்ளும் மாதிரிப் பேசுவது அவசியம். இல்லை எனில் அவை வெறும் சப்தமாக மாறிவிடுகின்றன். ஒருவர் தெளிவறப் பேசும் போது புரிவதில்லை, அப்போது எந்த மொழியில் பேசினால்தான் என்ன? அகில இந்திய வைத்திய விஞ்ஞான பல்கலைக் கழக பேராசிரியர் வைத்யா மாஸ்கோ சென்றிருந்தார். பலருடன் ஆங்கிலத்தில் உரையாட முற்பட்டபோது பலருக்குப் புரியவில்லை. அவர் உடனே ஹிந்தியில் பேசத் தொடங்கிவிட்டார். நான் பேசுவது புரியாத போது எந்த மொழியில் பேசினால் என்ன, எனக்காவது தாய்மொழியில் பேசினேன் என்ற மகிழ்ச்சியாவது இருக்கும் அல்லவா என்றாரே பார்க்கலாம்!

பேச்சு இல்லாத உடல் மொழி: பேசுகிற போது கூட நாம் நம் உடல் மொழியை பயன்படுத்துகிறோம். கண் அசைவுகள் கை அசைவுகள், குரலின் தொனி, ஏற்ற இறக்கம் ஆகியவை, கைகளை விரித்து அல்லது மார்பிற்கு குறுக்காக கட்டி இருத்தல் எனப் பலவாறாக உடல் மொழியின் மூலமும் பல செய்திகளை நாம் சொல்கிறோம்

உடல் மொழியைப் புரிந்து கொள்வது அவசியம்

மற்றவர்கள் உங்களைப் பாராட்டினால் புன்னகை மூலமாக ஏற்றுக்கொள்ளலாம். நாம் பேசுகிறபோது கூட மற்றவர்கள் கவனிக்கிறார்களா என்பதை அவர்களின் உடல் மொழியின் மூலமாக அறிந்து கொள்ளலாம்.

கண்கள்: அகத்தின் கண்ணாடி கண்கள். நம் உணர்ச்சிகளையும் மனோபாவத்தையும் அவை உணர்த்திவிடக் கூடியவை. பொய் சொல்லிவிடக் கூடியவர்களால் பெரும்பாலும் மற்றவர்கள் கண்னைப் பார்த்து பேச முடியாது. உற்றுப் பார்த்துப் பேசும்போது நம் கருத்தை தீவிரமாக்கித் தெரிவிக்கிறோம்.

முகம்: நாம் இன்னொருத்தவரை பார்க்கும்போது நாம் கண்களை மட்டும் பார்ப்பதில்லை, முகத்தையும் பார்க்கிறோம் இவை ஏன் நாம் வெற்றிகரமாக நம் செயல்களைச் செய்யத் தேவை? காரியங்களைப் பகிர்ந்து கொடுக்கும் போது உறுதியாக நம்மால் என்ன செய்ய முடியும் என்று உரக்க பேசும் போதும், அடுத்தவர் சொல்வதைக் கேட்டு அவருக்கான வேலைகளை பகிர்ந்து கொடுப்பதற்கும் இந்த உரையாடல்கள் அவசியம்.

தோற்றம்: தோற்றம்தான் நம்மைப் பலவிதங்களில் வேறுபடுத்திக் காட்டுகிறது. சமூக அந்தஸ்து, நம் மனோபாவங்கள் நம் உணர்ச்சிநிலை எல்லாவற்றையும் நம் தோற்றம் காட்டிக் கொடுக்கிறது. நம் நடத்தையும் நம்மைப் பற்றி நம்மைச் சுற்றியிருப்பவர்களுக்குச் சொல்கிறது. இடத்திற்கு ஏற்ற மாதிரி ஆடை அணிய வேண்டியது அவசியம். எளிமையாக அதே நேரம் பொருந்திய ஆடைகள், காலச்சூழலுக்கு ஏற்ற மாதிரியான ஆடைகள் அணிவது அவசியம். அதை முதல் நாள் இரவே தேர்ந்தெடுத்து வைத்துவிட்டால் மறுநாள் காலை நேரப் பரபரப்பைக் குறைக்கலாம்

தகவல் தொடர்பில் சிக்கல்களை ஏற்படுத்துவை என்ன?

* மொழிச் சிக்கல்கள்

* உளவியல் சிக்கல்கள்: முரட்டுத்தனம், ஆவேசமான உரையாடல்கள் கேட்பவரை சுவாரசியம் அற்றுப்போகச் செய்யும்

* சூழல் சிக்கல்கள்: பருவ நிலை மாற்றம் தரும் மன அழுத்தங்கள், குளிர்ச்சியான அறை போன்றவை கவனச் சிதறலை ஏற்படுத்தக்கூடியன,

உறவாடுவோருடன் தொடர்புடையவை: சரியாக பேச அல்லது உரையாட முடியோதோர், உடல் நலக் குறைபாடு, சிலருக்கு

உடல் நலக்குறைபாடுகளால் சரியாகப் பேச முடியாமல் போகும். அப்போது நாம் பொறுமையாக கூர்ந்து கேட்பதன் மூலம் அதை சரி செய்ய முடியும். அப்படி பேசுபவர்கள் படங்களுடன் அதை ஈடு செய்ய முடியும்.

கேட்பதற்கான பொறுமை இல்லாதிருப்பது, ஆவேசமாகப் பேசுபவர்கள், புரிந்து கொள்ளும் திறன் இல்லாதவர்கள், ஒரு விஷயத்தில் கூர்ந்து கவனம் செலுத்த முடியாதவர்கள் என பல பிரிவுகள் உண்டு. இதுவும் கூட ஒருவித உடல் நலக் குறைபாடே.

விஷய சிக்கல்கள்: நுட்பமான விஷயங்களை கேட்பவருக்கு புரியாத வகையில் பேசுவது

ஒன்றுக்கொன்று தொடர்பின்றி கோர்வையில்லாமல் பேசுவது. இப்படிப்பட்டவர்கள் குறிப்புகளை எழுதிப் படித்துப்பார்த்து, அவற்றை கோர்வையாக திருத்தம் செய்து பேசிப் பழகலாம். நாளடைவில் சரியாகி விடும்.

நமக்கு மேல் அதிகாரிகளிடம் எப்படி கேள்வி கேட்பது எனப்புரியாமல் அவர்கள் தவறாகச் சொல்லும் போது பேசாமல் இருப்பது- இதனையும் நேராக, சற்றே பணிவுடன் நானாக இருந்தால் இப்படிச் செய்திருப்பேன் என்று சொல்லிப்பார்க்கலாம்

ஆர்வமாக இல்லாத விஷயத்தை ஒப்புக்கொண்டு செய்ய முடியாமல் ஒத்திப்போடுவது- பெரும்பாலும் நம் அன்பிற்குரியவர்களைத் திருப்திப்படுத்த அவர்களுக்கு பிடித்த ஆனால் நமக்கு பிடிக்காத பணிகளை ஒப்புக்கொண்டு செய்யாமல் ஒத்திப்போட்டு மன உளைச்சலுக்கு ஆளாவது. இதற்கு நேரிடையாக பேசி செய்ய மறுப்பதே மேல் அல்லது செய்து முடிப்பது. தாமதிப்பதால் எந்தப் பலனும் இல்லை

ஒரு விஷயத்தில் அதீத ஈடுபாடு காரணமாக அதிக நேரம் செலவிட்டுவிட்டு இன்னோர் காரியத்தில் தேவைக்கும் குறைவான நேரம் செலவிட்டு காரியத்தை முடிக்காமல் இருத்தல் - இது நாம் அனைவரும் செய்யும் ஒரு தவறான செயல். நமக்குப் பிடித்த ஒரு ஆய்வென்றால் அது குறித்த தரவுகள் தேடிப் படிக்க ஆரம்பித்து நேரம் போவது தெரியாமல்

படித்துக்கொண்டே இருப்போம் ஆனால் அப்படிச் செய்யாமல் ஒரு வரையறை வைத்துக்கொள்ள வேண்டும்.

பிடிக்காத விஷயங்களைச் செய்யாமல் இருந்தால் வேலை போய்விடுமோ என்ற பயத்தால் செய்ய ஆரம்பித்து மிக மெதுவாக தாமதமாகச் செய்து மற்ற வேலைகளையும் இழுத்தடித்தல்

அதனால் உண்டாகும் எரிச்சல், மன அழுத்தம் சினம் ஆகியன

தகவல் தொடர்பான இடைவெளிகளைக் குறைப்பது எப்படி?

1. முன்கூட்டியே திட்டமிடுவது, இந்த வரிசையில் இன்ன விஷயங்களை பேசுவது என குறிப்பு எடுத்து வந்து பேசுவது

2. திட்டமிடுதலில் மற்றவர்களையும் பங்கேற்கச் செய்வது

3. மற்றவர்களின் யோசனையும் கேட்பது

4. இலக்கோடும் துல்லியமாகவும் பேசுவது

5. நகைச்சுவை உணர்ச்சியுடன் பேசுவது

6. பிறர் இடத்தில் தன்னை வைத்துப் பார்க்கும் எம்ப்பதியுடன் எப்போதும் பழகுதல்

- இவர் இப்படித்தான் என்ற முன் தீர்மானம் இன்றி பழகுதல் உரையாடுதல்

- குழு விவாதங்களில் யாருடைய திறமையையும் குறைவாக மதிப்பிடாதிருத்தல்

- உடல் மொழி பேச்சு மொழியை கூர்ந்து கவனித்தல்

- சரியாக புரியாவிட்டால் மனம்விட்டுத் திரும்பச் சொல்லுமாறு கேட்டு தெரிந்து கொள்ளுதல். அனுமானம் கொள்ளாதிருத்தல்.

- நன்கு கேட்க கற்றுக்கொண்டு கேட்டு, புரிந்து கொண்டு உரையாடல் செய்து நம் உரையாடலை மற்றவர் புரிந்து கொள்ளவும் வகை செய்வோம்!

14. கேள்வியின் நாயகனே

நாள் மாதம் அல்லது வருடம் முழுதும் திட்டமிடும் போது கேள்விகள் கேட்க கற்றுக்கொள்ள வேண்டும். ஏன் என்பதற்கு பதிலாக எதற்கு என்ற கேள்விகள், எதனால் என்ற கேள்விகள். இந்தக் காரியத்தை இப்போது செய்ய என்ன அவசியம், இது அவசியம்தானா போன்ற கேள்விகள், இதைச் செய்வது இந்த நிறுவனத்திற்கு இலாபம் ஈட்டும் தொழில்தானா இல்லை, இந்தப் பொருள் இப்போது மலிவு விலையில் இருக்கிறது என்பதற்காக குடும்பத்திற்கு வாங்க வேண்டிய அவசியம்தானா போன்ற கேள்விகள் கேட்கப்பட வேண்டியது அவசியம்

குழந்தைகளாக இருந்த போது கேள்விகளாக கேட்டுத்துளைத்துக் கொண்டிருந்த நாம் ஒரு கட்டத்தில் இது போன்ற கேள்விகள் கேட்பது தவறோ என்ற எண்ணத்தில் கொஞ்சம் கொஞ் சமாக சபைக் கூச்சத்தில் கேட்பதைக் குறைத்துக்கொண்டே வருகிறோம்.

ஒவ்வொன்றையும் கேட்டுத்தெளிந்தால்தான், நாம் சரியாக உள்வாங்கிப் புரிந்து கொண்டிருக்கிறோமா என்பதே தெரிய வரும்.

சரியான புரிதல் இல்லை என்றால், நாம் சக மனிதர்களிடையே குழப்பங்களும் உறவு முறிதல்களும் கூட ஏற்படலாம்.

சந்தேகங்களை சரி செய்து கொள்ள கேள்வி கேட்பது உரையாடுபவர்களைச் சிந்திக்க வைத்து அவர்களது சிந்தனையைக் கூட சீர் செய்ய வைக்கும். இது விமரிசனம் அல்ல. விமரிசனம் வேறு, வினாக்கள் வேறு. விமரிசனம் என்பது ஒரு திட்டத்தைப் படித்து அலசி ஆராய்ந்து அதில் உள்ள அல்லவை எவை நல்லவை எவை அதனால் விளையும் பலன்கள் என்ன எப்படி எப்படி மாற்றி அமைக்கலாம் என விளக்கிக் கூறுவதே விமரிசனம்.

கூர்சிந்தனை என்று சொல்லப்படும் cirtical thinking என்பது இன்றைய உலகில் தவிர்க்க முடியாத ஒரு மென்திறன். அலசி ஆராய நாம் நம் சிந்தனையை ஓர் ஒழுங்கிற்கு கொண்டுவர வேண்டும். நமக்குக் கிடைத்த தகவல்களை ஒருங்கு திரட்டி, வகைப்படுத்த வேண்டும். அதன் பிறகு அவற்றை வரிசைக்கிரமமாக கால முறைப்படி பட்டியிலட வேண்டும். இவற்றிற்கெல்லாம் நம் சிந்தனை, படிப்பு இல்லை எனில் அனுபவ அறிவு கைகொடுக்கும்.

இதற்கு ஓர் உதாரணமாகத் தலைவர் காமராஜரைச் சொல்லலாம். விமான நிலையம் அருகே இருக்க வேண்டும், நிறைய நீர் வளமும் வேண்டும், நல்ல வளமும் வேண்டும் நிறைய நிலமும் வேண்டும் அப்படிப்பட்ட நிலம் தர முடியுமானால் அங்கே தமிழ்நாட்டுக்கு பொறியியல் தொழிற்சாலை கொண்டு வர முடியும் என்று சொன்னதாகவும் பொறியியலாளர்கள் அப்படி ஓர் இடம் இல்லை என சொல்லிவிட்டதாகவும் தகவல். ஆனால் காமராஜரின் அனுபவ அறிவு, அங்கே கைகொடுத்ததாக படித்திருக்கிறோம். திருச்சிக்கு அருகே காவிரியில் இருந்து குழாய் மூலமாக தண்ணீரைக்கொண்டு வர முடியும். திருவான்மியூரில் நிலம் இருக்கிறது. திருச்சியில் விமான நிலையம் உருவாக்க முடியும் அங்கே. BHEL தொழிற்சாலை வரட்டுமே என்று. இது ஓர் கூர்சிந்தனைக்கான எடுத்துக்காட்டு.

ஓர் செயலில் இறங்கிவிட்டால் பிறகு எண்ணுதல் என்பது கூடாது. ஆனால் இறங்குவதற்கு முன்னால் எல்லா விளைவுகளையும் எண்ணிப்பார்த்து இறங்க வேண்டும். பாதை வகுத்த பின் பயந்தென்ன இலாபம்? தகவல்கள் மட்டும் தெரிந்தால் போதாது, அந்தத் தகவல்களை எப்படிப்

பயன்படுத்தப் போகிறோம்? என்ன செய்யப்போகிறோம் என்பதுதான் கூர்மதி.

ஒரு திட்டத்தை நிறைவேற்ற ஆளாளுக்கு ஆயிரம் யோசனைகள் சொல்வார்கள் அதில் குறித்த காலத்துக்குள் குறைந்த செலவில் குறுகிய காலத்திற்குள் செய்ய எளிதாக இருப்பது எது என்பதை எண்ணித் தேர்ந்தெடுப்பதே மதி.

அப்படி அலசி ஆராய்வதே சிறந்தது. அதற்கான ஆற்றல்கள்:

1. தெளிவான துல்லியமான கேள்விகள்

2. பொருத்தமான துல்லியமான புதுப்புது யோசனைகள் வரும்போது அவை முக்கியமானவையா, அவை பொருத்தமானவையா என தேர்ந்தெடுத்தல்

3. ஒரு கருத்துக்கும் இன்னொரு கருத்துக்கும் இடையே உள்ள தொடர்பை உணர்ந்து கொள்ளுதல் - உதாரணமாக, இன்று மாலை வேலை ஏதும் இருக்கிறதா என்ற கேள்விக்கும், இன்று மாலைதானே நடிகருடைய புதுப்படம் வெளியாகிறது என்ற கேள்விக்கும் இடையே ஏதேனும் தொடர்பிருக்கிறதா? என்று யோசித்துப் பதில் சொல்வது

4. ஒரு விஷயத்தை ஆராயும் முன் மற்றவர்களின் தரப்பை புரிந்து கொள்ளுதல் -

5. நம்பிக்கைகள், அனுமானங்கள், அபிப்ராயங்கள் ஆகியவற்றுக்கும் உண்மைகளுக்கும் உள்ள ஒற்றுமைகளை, வேற்றுமைகளைப் புரிந்து கொள்ளுதல்- உதாரணமாக ஒருவர் முதலாளித்துவத்தை எதிர்த்து சமூக வெளித்தளத்தில் எழுதிக்கொண்டு இன்னொரு புறம் தொழிற்சங்கங்களுக்கு எதிராக கார்பரேட் உலகில் பணியாற்றுவது தெரியும் போது எப்படி முடிவெடுப்பீர்கள்?

6. ஒரு முடிவைப் பற்றி எல்லாத்தரப்பை பற்றியும் படித்து தெரிந்து அதன் பின் தன் முடிவை எடுப்பது.

7. தன்னுடைய அனுமானங்களுக்கு ஆதரவாக கருத்துக்களை தேடுவதற்கும், எல்லாத் தரப்பு கருத்துக்களையும் படித்து ஒரு அனுமானத்தை ஏற்படுத்திக் கொள்வதற்கும் உள்ள வித்தியாசம்.

8. புதுத்தகவல்கள் கிடைத்தவுடன் தன் அனுமானங்களை மாற்றி அமைத்துக்கொள்ள தயங்காமை.

9. புதுத்தீர்வுகளைக் கண்டுபிடிக்க ஆர்வம் காட்டுவது.

10. பிரச்சினைகளைத் தீர்க்க ஓர் ஒழுங்கான வழியைப் பின்பற்றுவது.

அலசல் அணுகுமுறைகள்

ஒரு விஷயத்தை அலசி ஆராயும் போது கீழ்க் காணும் மூன்று விஷயங்கள் தேவைப்படுகின்றன.

1. முழுமையான காரணம் - ஒருவர் துன்பப்படுகிறார், அவருக்கு உதவ வேண்டும் என நினைக்கிறீர்கள் என்றால் அதற்கான முழு விவரங்களும் கண்டறிய வேண்டும். அதற்கான காரணங்களைக் கண்டறியாமல் அவரது துயரத்தைப் போக்க முடியாது.

2. ஒரு விஷயத்தை முழுமையாகப் பார்க்க வேண்டும். ஒரு பகுதியையோ அல்லது துண்டு துண்டாகவோ பார்த்தால் சரி செய்ய முடியாது. அழுது கொண்டே ஒரு சிறுவன் வருகிறான், இன்னொரு சிறுவன் அவனை அடித்துவிட்டான், உடனே முழு விவரமும் தெரியாமல் அடித்த சிறுவனை நீங்கள் கடிந்து கொண்டு இந்த சிறுவனுக்கு ஆதரவாக நிற்க முடியாது. ஏனெனில் இந்த சிறுவன் முதலில் அவன் மீது கல்லெறிந்திருந்து காயப்படுத்தியிருக்கலாம். அதற்குப் பதிலாக அவன் அடித்திருக்கலாம். ஆக, முழு விவரமும் தெரிந்து கொள்ள வேண்டும். பிரச்சினையின் முழு விவரமும் தெரிந்து கொள்ள வேண்டும்.

மருத்துவமனையில் பலர் காத்திருக்க நேரிடும். மருத்துவர்கள் வேண்டும் என்றே காத்திருக்க வைப்பதில்லை, உங்களை விட இன்னும் அதிதீவிர நோயாளியை பிழைக்க வைக்கச் சென்றிருப்பார். அது வெளியே இருப்பவர்களுக்குத் தெரியாது.

3. கிடைக்கும் ஆதாரங்களின் அடிப்படையில் முடிவுகளை மாற்றிக்கொள்ள தயாரக இருக்க வேண்டும். அடிபட்ட சிறுவன் மீதுதான் தவறு என்று தெரிந்ததும் இருவரையும் சமாதானப்படுத்தி வேண்டும் அல்லது முதலில் நீ

கல்லெறிந்தது தவறு என்று சொல்லித் தண்டிக்க வேண்டும். மருத்துவர் ஏன் தாமதமாக வந்தார் என்பது புரிந்ததும் அந்த இன்னொரு நோயாளியின் இடத்தில் நம்மைவைத்துப் புரிந்து அமைதி காக்க வேண்டும்.

அலசுபவருக்கு தேவை:

திறந்த மனது: எல்லாவித யோசனைகளையும் திறந்த மனதுடன் கேட்டு அலசி ஆரய மனப்பக்குவம் வேண்டும் - இன்னாரைப் பிடிக்கும் இவர் நமது மேலாளர் என்ற பாகுபாடு கூடாது.

நெகிழ்வுத்தன்மை - கிடைக்கும் தகவலுக்கேற்ப தன்முடிவை மாற்றிக்கொள்ளக் கூடைய மனப்பக்குவம்.

விடாப்பிடியான முயற்சி

பிறரை மதிக்கும் தன்மை- ஒருவருடைய கருத்துக்களோடு உடன்பாடு இல்லை எனினும் அவரது ஆலோசனைகளை ஏற்றுக்கொண்டு அலசி ஆராயும் மனம் இருக்க வேண்டும். அப்போதுதான் அதில் இருக்கும் உண்மைகளை உணர முடியும்.

பிற கலாசாரங்களை மதிக்கும் தன்மையும் அவசியம். நம்மில் இருந்து மாறுபட்ட கலாசாரங்களில் இருந்து வந்தவர்களின் சிந்தனை முறை, அனுபவங்கள் கற்றுத்தரும் பாடங்கள் மாறுபட்டு இருக்கும். அவர்கள் தரும் யோசனைகள் மாறுபட்டு இருக்கும். எனவே அதில் இருந்து நிறைய கற்றுக்கொள்ள முடியும்.

கூர் சிந்தனையாளார், பல்வேறுவிதமான தகவல்களைத் திரட்டிக்கொண்டே இருப்பார். எந்தத் திட்டத்தை நிறைவேற்றும் முன் பலவித மாறுபட்ட வழிகளையும் யோசித்து சிறந்த வழியைத் தேர்ந்தெடுத்துச் செயலாற்றுவார். நேர்ப்பேச்சு, உடல்மொழியால் தெரிவிக்கப்பட்டது, எழுதிச் சொன்னது, அறிவிக்கப்பட்டது, அனுபவித்தது, பார்த்தது என தகவல்கள் எல்லா பக்கமும் இருந்து பெற்றுக்கொள்வார்.

தகவல்களில் துல்லியம், அவற்றின் பொருத்தம், ஆழும், விரிவு தர்க்கம் ஆகியன பொருத்தி தேர்வு செய்து எடுத்துக் கொள்வார்.

ஏன் இத்தனை கருவிகள் தேவை? அப்போதுதான் சிறப்பாக குறித்த நேரத்தில் செயலாற்ற முடியும். அப்போதுதான் நமது

தடைகளை நீக்கி பலங்களைப் பெருக்கி, பலவீனங்களை அகற்றி சக மனிதனின் குறை நிறைகளைத் தெரிந்து கொண்டு ஒரு நாளை நல்ல முறையில் திட்டமிட்டுச் செயலாற்ற முடியும்.

காக்கை தன் தாகத்தைத் தீர்த்த கதை நினைவிருக்கிறா? தவிப்புக்கும் தாகம் தீர்த்த இடைப்பாட்டுக்கும் இடையே நடந்தது அலசல். தண்ணீர் அடியில் இருக்கிறது. அதனால் எட்ட முடியாது கற்களைப்போட்டால் தண்ணீர் மேலே வரும் என்பது போன்ற அலசல்.

அதேபோல அலசி ஆராய்ந்து பதில் கண்டுபிடிக்கலாம். திட்டமிடலாம். ஆனால் ஒரே பதில்தானா என்றால் இல்லை. இங்கே தான் நம் மூளை தன் திறனைச் செலுத்துகிறது. நுணுக்கமான பதிலைச் சொல்கிறது. அது என்ன நுணுக்கமான பதில்? அதுதான் கிரியேட்டிவ் திங்கிங். அது என்ன?

14. மாத்தி யோசி

விடையில்லாக் கேள்விகளும் முடிவில்லாச் சிந்தனைகளும் இருக்கக் கூடும். சில சமயம், சரியான விடைகள் கூடக் காலப்போக்கில் தவறானதாகத் தோன்றக்கூடும். சில கேள்விகளுக்கு இப்போதைக்குப் பதில் இல்லாமல் இருக்கலாம், வருங்காலத்தில் ஒரு பதில் கண்டுபிடிக்கப்படலாம். அறிவியலில் சிறப்பான கண்டுபிடிப்புகள் பதிலில்லாமல் தொடர்ந்து முன்வைக்கப்படும் கேள்விகளின் உந்துதலால் வருபவையே.

சின்னத் தவறுகளையே சிறந்த கண்டுபிடிப்புகளாக மாற்றிவிடக்கூட கிரியேட்டிவிட்டி உதவியிருக்கிறது.

செரடோகா ஸ்பிர்ங்ஸ் உணவகத்தில் ஒரு வாடிக்கையாளர் தன் உருளைக்கிழங்கு சரியாகப் பொரிக்கப்படவில்லை எனத் திரும்பத் திரும்ப பொரிக்க அனுப்பிக்கொண்டே இருந்தார். சமையற்காரர் கோபம் கொண்டு மிக மிக மெல்லிய வடிவில் அரிந்து அதிக நேரம் பொரித்தெடுத்து அதிக உப்பைப்போட்டு அனுப்ப, அதை மிக விரும்பி உண்ண, பலரும் கேட்டு வாங்க உருவானதுதான் இன்று மிக அதிகமாக விற்பனையாகும் உருளைக்கிழங்கு வறுவல்!

அலெக்ஸாண்டர் ஃப்ளெமிங் நோய்களுக்கு மருந்து தயாரிக்கும் ஆராய்ச்சியில் ஈடுபட்டிருக்கும் போது எதேச்சையாக ஒரு petri

டிஷ்ஷில் வளர்ந்த பூஞ்சைக்கு அழிக்கும் சக்தி இருப்பதைக் கண்டறிந்து உருவானதுதான் பென்சிலின். இது போல பல விபத்துகளால் உருவான விஞ்ஞான கண்டுபிடிப்புகளைத் தங்கள் கிரியேட்டிவ் சிந்தனையால் கண்டறிந்த அறிவியலாளர் உண்டு.

க்ரீம் டப்பாவின் திருகு மூடியைத் திருப்பிப் போட்டு அழுத்தினால் அந்தச் சீலை உடைக்க வழியோடு வந்துவிட்டது. மூடியின் மேல்பகுதியிலேயே அதற்கான வழிவைக்க ஒரு முள் போல வடிவமைத்திருக்கிறார்கள். அது ஒரு நுணுக்கச் செயல்பாடு.

இதுதான் படைப்பாற்றல், கிரியேட்டிவிட்டி.

ஒரு பிரச்சினையைச் சரியாக எளிமையாக தீர்க்க வழி செய்வதுதான் படைப்பாற்றல். இல்லாத ஒன்றில் இருந்து எதையோ கண்டுபிடிப்பது அல்ல படைப்பாற்றல். இருக்கும் விஷயங்களில் இருந்தே இல்லாத ஒன்றைக் கண்டுபிடிப்பது கூடப் படைப்பாற்றல்தான். ஏற்கெனவே இருக்கும் யோசனைகளில் இருந்து நமக்குத் தேவையான யோசனை ஒன்றை உருவாக்கி நம் வாழ்க்கை முறையை எளிதாக்கிக் கொள்வதுதான் படைப்பாற்றல். சில புது யோசனைகள் பிரமிப்பாக இருக்கும். சில சாதாரணமாக இருக்கும். ஆனால் அவை நம் நேரத்தை மிச்சப்படுத்துமா காரியத்தை எளிதாக்குமா செய்து விடுங்கள்.

அமெரிக்காவில் குளிர்காலத்தில் பனிப்பொழிவு அதிகமாக இருக்கும். கையால் பனியை வெட்டி எடுக்க மிக அதிக காலம் எடுக்கும், கைகள் உறையும். அப்போது ஒருவருக்குத் தோன்றியதுதான், பனியை அகற்றும் v plow அவருடைய காரில் இணைத்து பனியை அகற்றுவது. இதைக் கவனித்த பலரும் அதைச் செய்யத்தொடங்கினார்கள். ஊபர் கூட இதைச் செய்ய தொடங்கியது.

இன்னொரு எடுத்துக்காட்டு வேண்டுமா? கடைகளில் ஐஸ்க்ரீம் வாங்குவோம். சின்ன சின்னக் கிண்ணங்களில் வாங்கி அதைத்திரும்பிக் கழிவு சுத்தம் செய்து நீராவியில் சுத்தம் செய்து அதில் குளிரூட்டி மீண்டு விற்பனை செய்வது செலவு அதிகம்

ஆகும். தூக்கி எறியப்படும் காகிதக் கிண்ணங்களுக்கும் செலவு அதிகம் ஆகும். அந்த கிண்ணங்களையும் உண்ணக்கூடிய பொருட்களிலே செய்து அதற்கு ஒரு விலை வைத்துவிட்டால் அது இலாபம்தானே? அப்படி வந்ததுதான் கோன் ஐஸ்கிரீமும் வாஃபிள் கப்புகளும். இது படைப்பாற்றல் அன்றி வேறென்ன?

இல்லாத ஒன்றில் இருந்து வருவதில்லை படைப்பாற்றல். இருக்கின்ற ஒன்றை மாற்றாக எப்படிப் பயன்படுத்த முடியும் என்று சிந்திப்பதில் இருந்து கூட வரலாம். ஆஸ்ப்ரின் தலைவலிக்காக பயன்படுத்தப்பட்டு வருகிறது. ஆனால் அது இரத்தம் உறைவதைத் தடுக்க கூட பயன்படுத்தப்படலாம் என்று கண்டறியப்பட்டது ஒரு கிரியேட்டிவிட்டி சிந்தனையின் விளைவுதான்.

படைப்பாற்றல் என்பது புதுப் புது பொருட்களை உருவாக்குவது மட்டும் அல்ல. ஒவ்வொரு பிரச்சினைக்கும் ஒவ்வொரு சிக்கலுக்கும் நமக்கு எழும் ஒவ்வொரு கேள்விக்கும் தீர்வாக ஒரு பதிலைக் கண்டுபிடிக்கும் நம் ஆற்றல்தான் படைப்பாற்றல்.

எந்த விஷயத்தையும் தேடினால் பதில் கிடைக்கும் என்கிறோம். எங்கே தேடுவது? நமக்குள்ளே? நமக்குள்ளேயும், நமக்கு வெளியேயும் தேட வேண்டும்.

நம் எல்லோரிடமும் கற்பனை வளம் இருக்கிறது. அதைச் செயல்படுத்த பொறுமை தேவை. கொஞ்சம் உழைப்பு, பொறுப்புணர்ச்சி தேவை.

படைப்பாற்றலுடன் செயல்பட நமக்கு ஒரு மனநிலை தேவை. அதைத்தான் நாம் மனம் சரியில்லை என்று சொல்கிறோம். நல்ல படைப்பாற்றல் வெளிப்பட அமைதியான மனநிலை தேவை. அமைதியான மனநிலையில்தான் தெளிவாகச் சிந்திக்க முடியும். சிந்திக்காமல் சுறுசுறுப்பாகச் செயல்பட்டால் எல்லாம் தவறாக முடியும்.

ஒரு காரியத்தை விரைவாக நேரத்தோடு செய்ய வேண்டும் அல்லது ஒரு பிரச்சினைக்குத் தீர்வு காண வேண்டும். கொஞ்சம் கற்பனை வளத்தோடு சிந்தித்தால் புதுத் தீர்வு காண முடியும். எல்லா ஆலோசனைகளையும் பரிசீலிக்கிற மனம் வேண்டும். என்ன வழிகளில் செய்யலாம் என்று சிந்தித்துப் பார்க்கிற

மனம் வேண்டும். 5 ம் 5ம் சேர்த்தாலும் 6ம் 4ம் சேர்த்தாலும் 3ம் 7ம் சேர்த்தாலும் 10தான். பள்ளியை அடைய விரைவு வழிப்பாதை, குறுக்கு வழிப்பாதை, சுங்கவரி செலுத்திச் செல்லும் விரைவுப் பாதை, குடியிருப்புகள் உள்ள பாதை என்று பலவழிகள் இருக்கலாம். காலை வேளைகளில் அதிகப் போக்குவரத்து இன்றி விரைவாகச் செல்லக்கூடிய பாதை எதுவாக இருக்க முடியும் என யோசிப்பதல்லவா நமக்கு முக்கியம்? அதிலும் இரண்டு பிள்ளைகள் இருந்தால் இருவரின் பள்ளிகளுக்கும் செல்ல ஒரு பாதை இருக்குமானால் அது சற்றே நீண்ட வழியானாலும் அதைத் தேர்ந்தெடுக்க அதை இணைக்க மனம் வழிகளைத் தேடும் அல்லவா?

படைப்பாற்றலுடன் கற்பனை வளத்துடன் புதிய புதிய வழிகளைக் கண்டறியும் மனிதர்களாக நாம் மாற என்ன செய்ய வேண்டும்?

1. அதித ஆரவம்

2. பிரச்னையைத் தேடி அலச வேண்டும்

3. சவால்களைத் தேடி எடுத்து ஆராய வேண்டும், நம்மால் முடியும் என்ற நம்பிக்கையோடு கையாள வேண்டும்

4. இது இப்படித்தான் முடியும் என்ற நம்பிக்கையோடு இருத்தல் கூடாது

5. கற்பனை செய்ய அஞ்சுதல் கூடாது

6. ஒவ்வொரு பிரச்சினையும் இன்னொரு புதிய வாய்ப்பாக மாறலாம்.

7. பிரச்சினை சவால் வேலை எல்லாமே புதிய வாய்ப்புகள் என்ற எண்ணம் வர வேண்டும். இன்னும் கூடுதல் வேலையா என்ற மலைப்பு வரக்கூடாது

8. வாழ்க்கை என்றால் ஆயிரம் பிரச்சினை வரத்தான் செய்யும். எல்லாமே அனுபவங்கள்தான். அதில் இருந்துதான் கற்றுக்கொள்ள முடியும். தோல்வி கூட வெற்றிக்கான ஒரு படிதான் என்ற எண்ணம். இருக்க வேண்டும். எதுவுமே முழு நேரவிரயம் இல்லை, ஏனெனில் நாம் நிறைய கற்றுக் கொண்டிருக்கிறோம். இன்னொருமுறை எப்படிச்

செய்ய வேண்டும் அல்லது எப்படி செய்யக்கூடாது என்ன விளைவுகள் ஏற்படலாம் என்பன போன்ற அனுபவ அறிவு வேறெங்கும் கிடைக்காது

கற்பனைத் திறனை எப்படி செயல்படுத்துவது

பரிணாம வளார்ச்சி: மீனில் இருந்து மனிதன் வரை உயிரினங்கள் எப்படி பரிணாம வளார்ச்சி அடைந்தனவோ அப்படிப் பழைய ஐடியாவில் இருந்து புதுப்புது ஐடியா பரிணாமம் அடைவதுதான். ஒரே பிரச்சினைக்கு பல புது வழிகள் கிடைக்கலாம். ஆதி நாளில் காதலைத் தோழி மூலம் சொன்ன தலைவி பின், மேகம் விடு தூது முறையைப் பின்பற்றினாள். பின், அதுவே கபூத்தார் ஜா ஜா என பறவை விடு தூதாகி, பின், வாட்ஸ் அப் அழைப்புக்களாகி ஸ்னாப் சாட் ஆகி இப்போது வீடியோ அழைப்பாகி அதுவும் வளர்ச்சி அடைந்து இண்ஸ்டா வும் மெசெஞ்சர் சாட் ஆகவும் வளர்ந்து நிற்கிறது. இது போல, பள்ளிப்பாடங்களூம் பலவகையில் வளர்ச்சி அடைந்திருக்கின்றன.

கலப்பினத் தீர்வுகள்; முன்பெல்லாம் திரைப்படம் வந்த போது வண்டியில் ஒரு ஒலிப்பானை வைத்துக்கொண்டு சப்தமாக சொல்லிக்கொண்டு போவார்கள். பிறகு சுவரொட்டிகள் வந்தன. அதன் பின் மோஷன் பிக்சர், இப்போது டிரெயிலர் என சின்ன ஒலி/ஒளித்துணுக்குகள். ஆனால் இதையும் மீறி, மேலை நாடுகளில் சில கதாபாத்திரங்கள் போல உடை அணிந்து மக்கள் நடமாடும் இடத்தில் திரைப்படங்களை விளம்பரப்படுத்துவதும் நடக்கிறது.

வழிகளை மாற்று: சில சமயங்களில் பிரச்சினையின் ஆழத்தில் மாட்டிக்கொண்டு வழி தெரியாமல் சுழன்று கொண்டு இருப்போம். அப்போது வேறு சில பிரச்சினைகளை யோசிக்கத் தொடங்கினால் இந்த பிரச்சினைக்கு வழி கிடைக்கும்.

படைப்பாற்றலுக்குத் தடைக்கற்கள்:

சில சமயம் பிரச்சினைகளைக் கண்டு என்னால் எதுவும் செய்ய முடியாது என்று மலைத்து நின்றுவிடுவது. அப்படி நினைப்பதே படைப்பாற்றலைத் தடுத்துவிடும். ஆரம்பத்திலேயே முடியாது என்று நினைத்து விடுவது எதையும் செய்ய விடாமல் தடுத்துவிடும்.

இந்த மாதிரி வேலைகளை எல்லாம் திறமைசாலிகள்தான் / எக்ஸ்பர்ட்தான் செய்யவேண்டும் என்றால் நம்மைவிடத் திறமைசாலிகள் வேறு யார்? இன்னொருவரால் செய்யமுடிந்தது நம்மால் ஏன் செய்ய முடியாது? அப்படிச் செய்ய முடியாது என்றால் செய்ய என்ன தகுதி தேவை? அதை ஏன் கற்றுக்கொள்ள முடியாது என சிந்திக்க வேண்டும்.

2. மற்றவர்கள் என்ன நினைப்பார்கள்? இந்த அவநம்பிக்கையும் அடுத்தவர்கள் என்ன நினைப்பார்கள் என்ற சிந்தனையும் பலரை முடக்கிவிடுகிறது. வாழ்க்கை ஒரு முறைதான். அதை நம் விருப்பப்படி வாழ்வது நம் கையில். அடுத்தவர் விருப்பப்படி வாழ்வதென்றால் நம்மால் வாழவே முடியாது. நமக்குச் சிவப்பு வர்ணம் நன்றாக இல்லை என்று சொல்பவர்கள், பசுமையும் சிறப்பாக இல்லை என்பார்கள். அதற்காக எந்த ஆடையும் இல்லாமல் சென்றால், நிர்வாணமும் சரியில்லை என்பார்கள். அது உங்களை முடக்கத்தான் என்பதை புரிந்து கொள்ள வேண்டும். உங்கள் நன்மை தீமை வளர்ச்சி இவற்றில் உண்மையாக அக்கறை உள்ள குடும்ப உறுப்பினர் ஒருவர் தவிர வேறெவருடைய கருத்துக்கும் செவி மடுக்கத் தேவையில்லை.

அமிதாப் முதலில் நடிக்க வாய்ப்பு கேட்டு வந்த போது அவர் குரல் சரியில்லை என்று அவரை ஒதுக்கி வைத்துவிட்டனர். அவர் வானொலி நிலையத்தில் வேலை கேட்டுச் சென்றபோது கூட குரல் சரியில்லை என்றே நிராகரிக்கப்பட்டார். ஆனால் அவர் குரல்தான் பின்னாளில் பாரிட்டோன் குரல் என்று புகழ்பெற்றது, இன்னும் பாலிவுட்டின் தலைசிறந்த பிராண்டாக அவர்தான் இருக்கிறார். அன்று அந்த விமரிசனங்களைக் கேட்டு அவர் முடங்கி இருந்தால் இன்று அமிதாப் என்ற புகழ்பெற்ற நடிகர் நமக்கு கிடைத்திருக்க மாட்டார்.

தோற்றுவிட்டால்: பலருக்கு புதிதாக எதையாவது முயன்று பார்த்து அதில் தோற்றுவிட்டால் நகைப்புக்கு உரியவர்களாகி விடுமோ என்ற பயம் ஆட்டுவிக்கிறது. ஒவ்வொரு தோல்வியிலும் நாம் புதிதாகக் கற்றுக்கொள்ள விஷயங்கள் இருக்கின்றன. சாதம் வடிப்பதற்கு முன்னால் கூட சரியான பக்குவம் வரும் முன் அது குழைந்து போயிருக்கலாம். குழந்தை கூட நன்றாக நடக்கும் முன் தடுமாறித்தான் நடந்திருக்கும்

எல்லாருமே ஆரம்பத்தில் தவறுகள் செய்யத்தான் செய்வார்கள். அதன் பின் விளைவுகள் அவ்வளவு மோசம் இல்லை எனில் அதனால் ஒன்றும் தவறில்லை. முன்பே சொன்னது போல சில தவறுகளால் புதுக் கண்டுபிடிப்புகள் விளைந்திருக்கின்றன. ஆனால், இன்று தோல்வியை ஏற்றுக்கொள்ள மனம் இல்லாத ஒரு தலைமுறை உருவாகி வருகிறது. சில பாட்டுப்போட்டிகளில் இனி கற்பதற்கு எதுவுமே இல்லாத மாதிரி ஏராளமாக புகழ் வார்த்தைகள் அள்ளிக்கொட்டப்படுவதும் இதற்கு ஒரு காரணம். நான் கூட இப்படிப் பாடியதில்லை என்று தன்னைத் தானே தாழ்த்திக்கொண்டு பாடும் சிறார்களுக்கு நடுவர்கள் புகழ்மாலை சூட்டுகிறார்கள். இதனால்கூட தோல்வியைக் கண்டு குழந்தைகளும் அவர்கள் பெற்றோரும் அஞ்சுகிறார்கள். ஆனால் தோல்விகள் கற்றுத்தரும் அனுபவப் பாடங்கள் ஏராளம். பாம்பர்ஸ் என்ற புகழ் பெற்ற நிறுவனம் சீனாவில் டயப்பர் விற்கச் சென்று படுதோல்வி கண்டது. ஏனெனில் அது பிங்க் நிற டயாபர்கள் விற்க முனைந்தது. ஒரு பிள்ளைக் கொள்கைகளில் அப்போது சீனாவில் பலரும் விரும்பியது ஆண்குழந்தைகளை. அந்த தோல்வியின் வரலாறு இன்றும் மேலாண்மை பாடத்திட்டங்களில் உண்டு.

முயலைக் குறிவைத்து வெல்லுவதை விட யானையைக் குறிவைத்து அது பிழைத்தாலும் பரவாயில்லை என்ற பொருள்படும்படி ஒரு குறள் இருக்கிறது. தோற்றாலும் மிகப் பெரிய நோக்கம் ஒன்றைக் குறி வைத்துப் போராடும் போது கிடைக்கும் அனுபவம் பலவற்றைக் கற்றுக்கொடுக்கும்.

விருப்பு வெறுப்புகள்: நம்முடைய சொந்த விருப்பு வெறுப்புகள் நம் படைப்பாற்றலை தடை செய்யக்கூடும். நமக்குச் சில உணவு வகைகள் மீது ஒருவிதக் காழ்ப்பு உணர்வு இருக்கிறது என்றால் அது என்னதான் நல்லது என்றாலும் நாம் இன்னொருவரின் பிரச்சினைக்கு அதைத் தீர்வாகச் சொல்ல மாட்டோம். சில பழைய விருப்பு வெறுப்புகள் காரணமே இன்றி பிரச்சினைக்கு எளிய தீர்வு காண குறுக்கே வரலாம்.

படைப்பாற்றல் திறனுக்கான படிக்கட்டுகள்

1. உழைப்பு - பிரச்சினைக்கு தீர்வு காண படைப்பாற்றலின் மூலம் புதிய வழி காண உழைக்கும் ஆர்வம். துருவித்

துருவி பல வழிகளை காண இருக்கும் தேடல், தகவல், மற்றும் அதற்கான வழிகளைக் கண்டுபிடிக்கும் உழைப்பு.

2. விமரிசனம்: இது ஏன் இப்படி இருக்கிறது, இதற்கு மாற்று வழி என்ன, இந்த வழியில் என்ன விளைவுகள் வரலாம் இதனால் என்ன சாதக பாதகங்கள் வரக்கூடும் என்பது போன்ற ஆராய்ச்சிகள். அனைவரது யோசனைகளையும் ஏற்கும் பக்குவம், திறந்த மனம், அத்தோடு பல விமரிசனங்களையும் அலசும் மனோபாவம் ஆகியவை முக்கியம்.

3. கற்கும் ஆர்வம்: எதில் இருந்தும் கற்கலாம் என்ற மனநிலை அவசியம், தோல்வியில் இருந்து கூட கற்கலாம். எப்படி செய்யக்கூடாது அல்லது எப்படிச் செய்தால் என்ன மாதிரியான விளைவுகள் வரக்கூடும் எதைச் செய்யக்கூடாது எந்த செலவினங்கள் வரக்கூடும் பெரிய பிரச்சினைகளை வரவிடாமல் தடுப்பது எப்படி, என்ன முன்னெச்சரிக்கைகள் மேற்கொள்ள வேண்டும் என்பது போன்ற அனுபவப் பாடங்கள் கிடைப்பது தோல்விகளில் இருந்தே.

இப்படி எல்லாம் கற்றுத் தெளிந்த படைப்பாற்றல் கொண்டு வழிகள் கண்டு காரியங்களைக் குறித்த நேரத்தில் செய்து முடிக்க முயல்கிறோம். இது ஒரு நாளில் திட்டமிட்ட செயல்களைச் செய்து முடிக்க உதவுகிறது. ஆனால் என்ன என்ன செயல்களைச் செய்ய வேண்டும் எதை ஒத்திப்போடலாம் என்று எப்படி முடிவெடுப்போம்?

15. முடிவும் ஆரம்பமே

வாழ்க்கையில் பல நேரம் நாம் முடிவுகள் எடுக்கிறோம். சின்ன முடிவுகள் முதல் வாழ்க்கையையே புரட்டிப்போடும் முடிவுகள் வரை. இன்று என்ன ஆடை அணிவது என்பது முதல் திருமணம் செய்து கொள்வது, எந்த தொழில் செய்வது எங்கே வாழ்வது எந்த நாட்டிற்குக் குடி பெயர்வது என்பது எனப் பல. சில முடிவுகள் தவறாகப் போனால் திரும்பவும் மாற்றிச் செய்ய முடியும். எடுத்துக்காட்டாக ஆடை அணியும் போது சூழ்நிலைக்கு ஏற்றவாறு இல்லை எனில் திரும்ப வந்து வேறு மாற்றி அணிந்து செல்ல முடியும். சில முடிவுகள் மாற்ற முடியாதவை. நீங்கள் இன்னொரு நாட்டின் குடிமகனாக மாறிவிட்டு இந்தியக் குடிமகன் நிலையை இழந்துவிட்டால் அதைத் திரும்பப் பெற முடியாது அல்லது திரும்பப் பெற பல விண்ணப்பபடிவங்களும் நீண்ட கால காத்திருப்பும் அடங்கும்.

வயது முதிர்ச்சியடைந்த பின்னும் சிலர் முடிவெடுக்கத் தயங்குகிறார்கள். முடிவினால் வரும் விளைவுகளுக்குப் பொறுப்பேற்க வரும் தயக்கமே முடிவெடுக்க வரும் தயக்கம், பெரும்பாலும் பெண்கள்/ ஆண்கள் திருமண முடிவுகளைப் பெற்றோர்களிடம் விடுவது இதற்காகத்தான்.

அவசரமாக எடுக்கும் முடிவுகள் சரியான விளைவுகளைத்தந்தால் நான் அப்போதே நினைத்தேன் நடந்துவிட்டது எனச்

சொல்வோரும் நடக்காவிட்டால் எனக்குத் தெரியும் எனப்பழிப் போரும் உண்டு.

எந்த முடிவெடுத்தாலும் வரும் நல்லது அல்லது இரண்டையும் சமன் செய்து சீர்தூக்கி ஆராய்ந்து அதற்கான தரவுகளைச் சேகரித்து இதற்கு முன் என்ன அனுபவம் கிட்டியிருக்கிறது எனப்பார்த்து முடிவெடுப்பதே அறிவார் செயல்.

இரவில் வெகு நேரம் கண்விழித்துப் படிக்க வேண்டும் என ஒருவர் விரும்பி முடிவெடுத்திருக்க இன்னொருவர் சப்தமாக டிவி பார்க்க வேண்டும் என யாரைப்பற்றியும் கவலைப்படாமல் முடிவெடுத்தால் அது விவாதத்தைத் தரும்.

உறவுகளில் மட்டும் அல்ல, நம் அன்றாட வாழ்வில் அக்கம் பக்கத்தில் உள்ளவர், அலுவலக நண்பர்கள் சக தொழிலாளார்கள் என நம் முடிவு அனைவரையும் பாதிக்கும். எனவே நாம் எடுக்கும் முடிவுகள் எப்போதும் பல சிந்தனைகளை உள்ளடக்கியதாகவே இருக்க வேண்டும்

இந்தியச் சூழலில் மருத்துவ சிகிச்சை முடிவுகள், கல்வி போன்றவை குடும்ப முடிவுகளாக அனைவரின் கூட்டு முடிவுகளாகவே இருக்கின்றன.

அமெரிக்கா போன்ற நாடுகளில் குடும்பத்தோடு நல்லது கெட்டது விவாதித்தாலும் முடிவுகளை எடுப்பது அவரவரது பொறுப்பு.

மனைவியின் மார்பகப் புற்றுநோய் நிழற்பட முடிவுகளைக் கேட்டுக் கணவர் தொலைபேசியிருந்தார் ஒரு புகழ்பெற்ற மருத்துவமனைக்கு. அமெரிக்க மருத்துவமனையில் தர மறுத்துவிட்டார்கள். அந்தக் கணவர் நான்தான் காப்பீட்டுக்கு பணம் கட்டுகிறேன் என்று சொல்லியும், மருத்துவ முடிவுகள் ஒருவரின் தனிப்பட்ட அந்தரங்க விவரங்கள் கணவரே ஆனாலும் கொடுக்க முடியாது என்று சொல்லிவிட்டார்கள். இங்கே மனைவி தன் முடிவுகளை அவரேதான் எடுக்க வேண்டும் அல்லது கணவன் தன் சார்பாக முடிவுகள் எடுக்க சட்டபூர்வமாக அதிகாரம் கொடுக்க வேண்டும்

மாற்றக்கூடியவை, மாற்ற முடியாதவை தவிர, பரிசோதனை என்ற வகை முடிவுகளும் உண்டு. ஒரு காரியத்திற்கு இதுதான்

முடிவு என்று தீர்மானித்துச் செயல்படுத்தும் முன் அல்லது செயல் படுத்தும் போதோ முடிவைத் திருத்தி அமைப்பது. சில நடவடிக்கைகளில் முதல் கட்டத் தீர்ப்பு முடிவுகளின் விளைவுகளில் திருப்தி இல்லாமல் இரண்டாம் கட்ட முடிவுகளை மாற்றி அமைப்பது உண்டு. உதாரணமாக, முதல் கட்ட நிவாரணம் அனைவருக்கும் வீடுகளில் அல்லாமல் ஒரு கட்டிடத்தில் நிவாரணப்பொருட்கள் வழங்க முடிவெடுத்திருக்கலாம் ஆனால் அதில் மிக குழப்பம் வந்திருக்கலாம், அல்லது காலதாமதம் வந்திருக்கலாம், எனவே இரண்டாம் கட்ட நிவாரணப் பொருட்களை நேரடியாக வீட்டிற்கே தந்துவிடலாம் என மாற்றி முடிவெடுக்கலாம்.

படிப்படியாக முடிவெடுத்தல்: நிதி வழங்கும் போது அல்லது பிள்ளைகளுக்குச் செலவுக்கு நிதி அனுப்பும் போது ஒட்டுமொத்தமாக அனுப்பிவிடாமல் தேவைக்கேற்ப அப்போதைக்கப்போது அனுப்பி வைப்பது போன்ற சில முடிவுகள். செயல்பாடுகளின் பல கட்டங்களை நிறைவேற்றும் போது ஒவ்வொரு கட்டத்தின் போதும் அதன் விளைவுகளைக் கண்டு முடிவுகளை மாற்றிக்கொள்ளலாம்.

எச்சரிக்கையாக இருத்தல்: பின்வரும் விளைவுகளை எதிர்நோக்கி எச்சரிக்கையாக இருந்து முடிவுகளை எடுத்தல். குறிப்பாக பங்குச் சந்தையில் நிதியை முதலீடு செய்பவர்கள் இந்த முறையை பின்பற்றுபவர்கள் அதிகம்.

நிபந்தனைக்குட்பட்ட முடிவு: சில சமயம் நாம் ஒரு முடிவு எடுப்போம் ஆனால் அது இன்னொரு விளைவுடன் இணைந்ததாக இருக்கும். நல்ல மதிப்பெண் பெற்றால் சினிமாவுக்கு அழைத்துப் போகிறேன், நல்ல நேரத்தில் வேலைகள் முடிந்துவிட்டால் வெளியே செல்லலாம் எனச் சொல்வது கூட நிபந்தனையோடு கூடிய முடிவு.

தாமதமான முடிவுகள்; சில சமயம் தாமதமாகும் முடிவுகள், தகவல்கள் திரட்ட பயன்படும். தகவல்களைச் சேகரித்துக் கொண்டு எடுக்கும் முடிவுகள் நல்ல பலன்களைத் தரும்

தாமதிக்கும் தருணத்தில் எடுக்கப்படும் முடிவுகள் தகவல்கள் அடிப்படையில் மாற்றுமுடிவுகள் அடையாளம் கண்டுகொள்ளப்பட்டு மாற்றப்படலாம்

சில சமயத்தில் தாமதத்தால் நல்ல வாய்ப்புகளை நழுவ விட்டுவிடக்கூடிய அபாயமும் உண்டு

முடிவு எடுக்க இரண்டு பார்முலாக்கள் இருக்கின்றன. ஒன்று power formula.

Problem - பிரச்சினை என்ன என்று அடையாளம் கண்டு பிடிப்பது

Options - அதைத் தீர்க்க என்ன என்ன வழிமுறைகள் உள்ளன என ஆராய்வது, ஆலோசனைகள் கேட்பது

weigh in - ஆலோசனைகளை வழிகளை அலசி ஆராய்வது, அதன் பக்க விளைவுகளை பின் விளைவுகளை பலன்களை ஆராய்வது

Enact - அந்த திட்டத்தை நடைமுறைப்படுத்துவது

Review - நடைமுறைப்படுத்தியபின் ஆராய்வது, என்ன நடந்தது, என்ன நடக்கும் என எதிர்ப்பார்த்தோம் சரியாக நடந்ததா எங்கே தவறு நடந்தது எப்படி சரியாகச் செய்திருக்கலாம், இன்னும் எப்படி மேன்மையுறச் செய்திருக்கலாம்

இன்னொரு ஃபார்முலா:

CCC - அதாவது

Challenge - பிரச்சினை என்ன என்று கண்டறிதல்

Choice - பிரச்சினையைத் தீர்க்க என்ன என்ன தெரிவுகள் உள்ளன என்று அலசி, நல்ல வழியைத் தேர்ந்தெடுத்து முடிவு செய்தல்

Consequence - முடிவு செய்து அதை செயலாக்கியபின் வரும் எல்லா பின்விளைவுகளுக்கும் பொறுப்பேற்றுக்கொள்ளுதல். அது நல்ல பலன்களாக இருந்தாலும் தீய விளைவுகளாக இருந்தாலும் முழுப்பொறுப்பேற்றுக்கொள்ளுதல்

முடிவெடுத்தலும் திட்டமிடுதலை பாதிக்கும் என்பதால்தான் இத்தனை விவரமாகப் பேசுகிறோம்

16. உணர்ச்சிகளுக்கொரு கட்டுப்போடு

உணர்ச்சிகளின் மூளைத்திறன் (emotional intelligence) என்பது நம்மைப்பற்றி அறிவது (self awareness), மற்றவர்களைப் பற்றித் தெரிந்து கொள்வது, (learn about others) அடுத்தவரையும் நம்மைப் போலவே நினைப்பது (empathy), சமூக திறன் (social skills) ஆகியவைச் சேர்ந்ததே ஆகும். இவை அனைத்தையும் பற்றி தனித்தனியாகக் கவனித்திருக்கிறோம். ஒரு நாளைத் திட்டமிட்டு செயலாக்கிக் கொண்டிருக்கும் போது சின்ன சின்ன விஷயங்கள் தவறாகும் போது அது யார் செய்த தவறும் இல்லாத போதும் சட்டென்று சுடுசொற்கள் வந்து விழுகின்றன. யார் மீது? யாரிடம் நமக்கு அன்பும் உரிமையும் அதிகம் இருக்கிறதோ அவர் மீது. இது சரியா என்றால் இல்லை, ஆனாலும் நம்மால் கட்டுப்படுத்த இயலவில்லை, ஆனால் இது வன்முறைதான். செல்லிடத்துக் காக்கின் சினம் காக்க அல்லிடத்துக் காக்கின் என் காவாக்கால் என் என குறளே சொல்கிறது.

பிள்ளை ஒரு சாக்ஸை காணோம் என்று தேடினால், ஒரு பொருளை ஒழுங்காக வைத்துக்கொள்ள தெரியாது என்று கடிந்து கொள்ளும் போது, அந்த சுடுசொற்கள் அன்று முழுதும் பிள்ளையை அலைக்கழிக்கும். பள்ளியில் கவனம் செலுத்த விடாது. அதற்காக கோபமே தவறில்லை. கோபத்தின் அளவு செய்யும் தவறின் அளவை பொறுத்து இருக்க வேண்டும்.

எல்லா உணர்ச்சி வெளியீட்டிற்கும் ஒரு காலம் இருக்கிறது. சொல்ல வேண்டிய முறையும் நேரமும் இருக்கிறது. ஆக்க பூர்வமான முறை இருக்கிறது. கடிந்து கொள்வதாலும் அழுவதாலும் அந்த சாக்ஸ் கிடைக்க போவதில்லை, நேர விரயம் மட்டுமே பலன்.

கோபமாக இருக்கும் போது முகத்தசைகள் இறுகி கண்கள் சிவக்கின்றன. உடல் பாவனைகளாக நம் உணர்வுகள் வெளிப்படுவதை அடுத்தவர்களும் பார்க்கிறார்கள். உடல் மொழியில் வெளிப்படுகிறது. நாமும் அடுத்தவரின் உடல் மொழியை வைத்து அவர்களின் உணர்வுகளைப் புரிந்து கொள்ள முயலுகிறோம். இப்படி அடுத்தவரின் உணர்வுகளை உள்ளபடியே புரிந்து கொண்டுவிட்டால் பல பிரச்சினைகள் தீர்ந்துவிடும். ஆனால் ஒரு குறிப்பிட்ட உணர்வை எல்லாரும் ஒரே விதமாக வெளிப்படுத்துவதில்லை. பலரும் பல விதங்களில் வெளிப்படுத்துகிறார்கள். நம் உணர்வுகளைக் கையாளப் பழகிவிட்டால் அது நம் கைக்குள் அடங்கிவிடும். உணர்வை நம் கட்டுக்குள் வைக்காவிடில் மற்றவர்கள் உணர்வையும் மதிக்கத் தவறுவோம். இது நம்மை நகைப்புக்குரியதாக்கிவிடும்.

எப்படி உணர்வுகளை கையாளுவது?

அந்த அந்த உணர்வுகள் வரும் போது அதை நாம் சிந்திக்க முயல வேண்டும். இது என்ன உணர்வு, ஏன் ஏற்படுகிறது இது சரிதானா, இந்த சூழலில் இது வெளிப்படுவது முறைதானா.

அப்படித் தோன்றும் உணர்வுகள் நம்முடையவை எனப் பொறுப்பேற்க வேண்டும். சினம் ஏற்பட்டால் அதற்கு நான் காரணம் என்று பொறுப்பேற்க வேண்டும். எனக்கு சினம் வந்ததற்கு உன் தூண்டுதல் உன் நடவடிக்கைகளின் தூண்டுதல்தான் காரணம் என இன்னொருவர் மேல் பழியைப் போடுதல் கூடாது. இன்னொருவர் தூண்டிவிட்டோ இன்னொரு சூழ்நிலையோ நமக்குச் சினம் ஏற்படுத்தும் அளாவு நாம் பலவீனமானவர்கள் அல்லர். அப்படியே இருந்தாலும் இந்த உணர்வு என்னுடையது என்ற பொறுப்பேற்றல் வேண்டும்

பொறுப்பேற்றபின் அதை முறையாக வெளிப்படுத்த வேண்டும். அர்த்தமில்லாமல் சினம் காட்டாமல், எதனால் சினம்

என்பதைச் சரியாகச் சொல்ல வேண்டும். ஒரு சிலருக்குத் தன் அலுவலகத்தில் காரியங்கள் சரியாகச் செல்லாமல் தன் மீதே எரிச்சல் இருக்கும் ஆனால் வீட்டிற்கு வந்து காப்பி சரியாக இல்லை என்று சினம் காட்டுவார்கள் அப்படி இல்லாமல் என் வேலை சரியாகச் செல்லவில்லை, என் மனநிலை சரியில்லை, நான் தனியே இருக்க விரும்புகிறேன் என்று சரியாக வெளிப்படுத்த தெரிய வேண்டும்

நம்முடைய உணர்வுகளில் நேரான உணர்வுகள் எதிர்மறையான உணர்வுகள் என இரண்டு வகை இருக்கின்றன

மகிழ்ச்சி
உற்சாகம்
பரிவு
பாராட்டு
நன்றியுணர்ச்சி

ஆகியன நேரான உணர்ச்சிகள்

கோபம்
ஆற்றாமை
சுடுசொல்
வஞ்சகம்
பொறாமை
பழிவாங்கும் உணர்ச்சி
இயலாமை
எரிச்சல்

இவை யாவும் எதிர்மறை உணர்ச்சிகள்

நம் உணர்ச்சிகள் தொடர் சங்கிலி போல பல பேரைப் பாதிக்கும். நாம் உற்சாகமாக இருந்தால் அந்த உற்சாகம் நம்மைச் சுற்றியிருக்கும் அனைவரையும் தொற்றிக்கொள்ளும்.

நம் உணர்வுகளை வெளிப்படுத்தும் முன் அதன் காரணங்களை யோசிக்க வேண்டும், குறிப்பாக எதிர்மறை எண்ணங்களாக இருந்தால். ஏனெனில் அவற்றின் பின்விளைவுகள் கடுமையானதாக இருக்கலாம். அடுத்தவரின் மனதைக் காயப்படுத்தக்கூடியதாக, அந்த வடு நீண்டநாள் இருக்கக்கூடியதாக கூட இருக்கலாம்

கோபம் இயல்பான குணம். தவறான காரியங்கள் கண்டு எளியோர் மீது இழைக்கப்படும் அநீதி கண்டு சினம் கொள்ள வேண்டும். ஆனால் காரணமே இல்லாமல் அடிக்கடி கோபம் கொண்டால் அந்த கோபத்திற்குப் பொருள் ஏதும் இருக்காது.

கோபம் வருவதற்கான காரணங்களை ஆராய வேண்டும். கோபம்தவறான செயல் மீதுதானே தவிர அந்தச் செயலைச் செய்த நபர் மீது அல்ல என்பதைத் தெளிவாகக் கூறல் வேண்டும் சினம் கூட அந்த ஒரு செயல் மீதுதான் என்பதும் இதுவரை அவர் செய்த அத்தனை செயல்கள் மீதும் அல்ல என்பதையும் தெளிவாகத் தெரிவித்தல் வேண்டும். கோபத்தை தெளிவாக, ஆங்காரம் இன்றி தெள்ளத் தெளிவாகக் காரணங்களோடு தெரிவித்தல் வேண்டும்.

உள்ளுக்குள்ளேயே வைத்து அழுக்குதல் கூடாது. இது மன அழுத்தம் மற்றும் இரத்த அழுத்தம் போன்ற உடல் உபாதைகளுக்கு வழி வகுக்கும். காரணம் தெரியாமல் நீங்கள் கோபம் கொண்டுள்ள நபரும் குழப்பம் அடைவார். சரியான தெளிவும் இல்லாமல் ஒரு முடிவுக்கும் வர இயலாமல் தெளிவும் கிடைக்காது.

கோபத்தின் காரணங்களைச் சொல்லிவிட்டால் மனமும் அமைதியையடையும். தீர்வும் கிடைக்கும். காரியமும் முடிவு பெறும்.ஒரு பிரச்சினையை முழுமனத்தோடு அணுகும் போது நம் பிரச்சினை தீராவிடினும் நம் பொறுமையை இழந்து கோபப்படுவதற்கான வாய்ப்புகள் குறைவு.

கோபப்படுவது எதையும் சரி செய்யாது

நீங்கள் இப்படி எப்போதாவது தவறு செய்திருக்கிறீர்களா என எண்ணிப்பாருங்கள்

வேண்டும் என்றே யாரும் தவறிழைப்பதில்லை

கோபம் கொள்வதற்கும் முன் ஒத்திப்போடுவது நல்லது அப்படி ஒத்திப்போடும் போது கோபப்படுவதற்கான காரணங்களை எண்ணிப்பார்த்தால் அவை அவ்வளவு முக்கியமானது அல்லாதமாதிரி தோன்றிவிடும். வார்த்தைகளால் பேசுவதை விட மின்மடலில் எழுதத் தொடங்கலாம் அப்படிச் செய்யும்

போது சிந்திக்கத் தொடங்குவோம். அதுவே நம் சினத்தைக் குறைக்கும். நேரம் ஆக ஆகக் காரணங்களின் வீரியம் குறையும்.

நம்மைக் கோபப்படுத்தும் சூழல்களில் இருந்து விலகி விடலாம்

உணர்ச்சிகளை அளவுக்கதிகமாகக் கொட்டினாலும் அடக்கிவைத்தாலும் மன அழுத்தம் வந்து சேரும். அப்படியான அழுத்தத்தைச் சமாளிப்பது எப்படி?

17. மன அழுத்தம் இலேசாக

ஒருவருக்கு எதனால் மன அழுத்தம் வருகிறது? நினைத்த காரியங்களை நினைத்த மாதிரி முடிக்க முடியாத போது மன அழுத்தம் வருகிறது அல்லது சிலருக்கு போக்குவரத்தில் தடுமாறிப்போகும் போது அலுவலகத்துக்கோ ஒரு நிகழ்ச்சிக்கோ காலதாமதமாகிப்போகும் போது, நடப்பது எதுவும் அவர் கட்டுப்பாட்டில் இல்லை என்றாலும் ஒரு அழுத்தம் அதன் காரணமாகக் கோபம் என எல்லா எதிர்மறை உணர்வுகளும் ஆட்கொள்ளுகிறது

சில சமயங்களில் நம்மை விட வலிமையானவர் தவறு செய்யும் போது அவர் மீது கோபப்பட முடியாத போது அதை அழுக்கப் பார்த்து அது அழுத்தமாகும்

இன்னும் சில சமயம் சுற்றுப்புறச் சூழல், நமக்கு அழுத்தம் தரலாம். சமீபத்தில் நடக்கும் போர்கள் அதனால் நடக்கும் விவாதங்கள் ஊடகங்களில் வரும் செவ்விகள் காணொளிகள் இவை யாவும் மன அழுத்தம் தரலாம்.

நவம்பர் 1ஆம் தேதி 2023, நியுயார்க் மாநகரில் ஹமாஸ் தீவிரவாதிகளால் கடத்திவைக்கப்பட்ட இஸ்ரேலைச் சார்ந்த குழந்தைகளின் புகைப்படங்களை கிழித்தெறிந்து வன்முறை, இதனால் மன அழுத்தமும் துயரமும். அதிபர் பைடன்

பேச்சுவார்த்தையில் ஈடுபட்டிருக்கிறார். இந்த வன்முறையால் ஆகப் போவதென்ன?

நேர்மையான உணர்வுகளை வெளிப்படுத்தாவிட்டால் ஒன்றும் ஆகாது. ஆனால் எதிர்மறையான எண்ணங்கள் உடல் நலத்தை பாதிக்கும். உங்கள் அழுத்தத்தின் அடையாளம் காண்பதும் அதை நிர்வகிப்பதும் முக்கியம்

அறிகுறிகள்

> எண்ணங்கள்
> நடத்தைகள்
> உடல் மாற்றங்கள்
> உணர்ச்சிகள்

மன அழுத்தம் இருக்கும்போது எண்ணங்களில் நடத்தைகளில் அல்லது உடலில் வெவ்வேறு மாற்றங்களை உணரலாம்.

தவிப்பு எரிச்சல் பயம் அமைதியின்மை போன்ற உணர்வுகள் வரும்

அதீதமான சுய விமரிச்னம் மனதை ஒருமுகப்படுத்த முடியாமல் போகும் முடிவு எடுப்பதில் சிக்கல் மறதி சோர்வு தோல்வி பற்றிய பயம் வரலாம்.

தூக்கமின்மை கூட வரலாம். இதனால் நண்பர்களிடம் எரிந்து விழலாம், அதிகமாக கோபப்படலாம் பசியின்மை இருக்கலாம். எதிலும் சிரத்தை இல்லாமல் போகலாம்.

மன அழுத்தத்தைக் குறைக்க ஆரோக்கியமான வழிகள்

1. மூச்சுப்பயிற்சி: மன அழுத்தம் இருக்கும் போது ஆழ்ந்த மூச்சு விட்டு 10 வரை எண்ணி சீராக மூச்சு விட்டு தியானித்தல் பலன் தரும், இது பிரச்சினையில் இருந்து எண்ணத்தைத் திசை திருப்பி மனதை திசை திருப்பும்

2. பகிர்ந்து கொள்ளல்: எதனால் நமக்கு எதிர்மறை எண்ணங்கள் இருக்கின்றன என்பதை யாருடனாவது பகிர்ந்து கொள்வது பலனளிக்கும் ஏன் அவ்வாறு தோன்றுகிறது அது உண்மையிலேயே நியாமான அச்சம்தானா அல்லது வீண்கவலையா உண்மையானது என்றால் அதை போக்க

என்ன வழி அதற்கான தரவுகள் என்ன எப்படி போக்குவது என்ற வழிகளை ஆராய்ந்து கண்டறிவது

3. ஓய்வு எடுத்தல் தேவையான ஓய்வெடுத்தல் அவசியம் இரண்டு வேலைகளுக்கு இடையே நேரம் கிடைக்கும் போது ஓய்வு எடுத்தல் அவசியம் அல்லது ஒரு சின்ன நடைப் பயிற்சி மேற்கொள்ளலாம் அது மனதை உற்சாகமாக வைத்துக்கொள்ள உதவும்

4. உடல் நிலையைச் சீராக்குதல்: உடல் நிலையை சீராக வைத்திருத்தல் அவசியம்

5. உடற்பயிற்சி: சில சமயங்களில் உடற்பயிற்சி நல்ல உற்சாகத்தைத் தரும். அந்த நேரம் உங்களுக்கே உங்களுக்கானது அப்போது நீங்கள் செய்யும் சின்ன முன்னேற்றங்கள் அளவிட முடியாத மன வலிமையைத்தரும்.

6. நகைச்சுவை: நல்ல நகைச்சுவைக் காட்சிகளைக் கண்டு ரசித்தால் மனம் இலேசாகிக் கவலைகள் பறந்துவிடும். புத்துணர்ச்சியோடு மீண்டும் பணிக்குத் திரும்பலாம் அந்த நகைச்சுவையைக் குடும்பத்தோடு பகிர்ந்து கொண்டு அனைவரும் மகிழலாம். அது எல்லோருடைய மன அழுத்தங்களைக் குறைக்கவும் உதவும்

7. நேரத்தை திட்டமிடல்: இதப்பற்றி மிக விளக்கமாக படித்திருக்கிறோம். காரியங்களுக்குச் செய்ய தேவையான நேரம் ஒதுக்குதல் அவசியம். சில சமயம் நேரப் பற்றாக்குறை கூட மனப்பதட்டத்தை அதிகரிக்கும். எனவே காரியங்களுக்காக நேரம் ஒதுக்கும் போது கவனமாக நேரம் ஒதுக்குதல் அவசியம். மருத்துவர் சந்திப்புக்காக நேரம் ஒதுக்கும் போது சற்றே கூடுதல் நேரம் ஒதுக்குதல் அவசியம். ஏனெனில் அவர் எப்போது உங்களைச் சந்திப்பார் என்பது உங்கள் கட்டுப்பாட்டில் இல்லை, அன்று அவர் இன்னொரு நோயாளியைக் காண்பதில் கூடுதல் நேரம் எடுத்துக்கொண்டால் உங்களுக்கான நேரம் தாமதப்படலாம். எனவே உங்கள் கட்டுப்பாட்டில் இல்லாத செயல்களைச் செய்ய கூடுதல் நேரம் ஒதுக்குதல் அவசியம்

8. பிரச்சினைக்குக் காரணம்; ஏதேனும் பிரச்சினை இருந்தாலும் தெளிவாக அதன் அடிப்படைக் காரணத்தை ஆராய்ந்து

அந்த காரணத்தை மட்டுமே பேசித் தீர்க்க வேண்டும். அதுவும் பிரச்சினை நடந்த சில நேரங்கள் கழித்து உணர்ச்சிகள் ஏதுமற்ற மனநிலையில் ஆராயும் போதுதான் உண்மையான காரணம் புலப்படும். அப்போதுதான் எந்த சார்புநிலையும் இன்றி நன்றாக புரிந்துகொண்டு மீண்டும் அந்தப் பிரச்சினை வராமல் தடுக்க முடியும். உறவினர் வீட்டுத் திருமணத்தில் நடந்த ஒரு பிரச்சினை என்றால் அந்த ஒரு பிரச்சினையை பற்றி மட்டும் உரையாடுதல் நல்லது. அத்துடன் தொடர்புடைய எல்லா திருமண நிகழ்வுகளையயும் அலசி ஆராய்வது பயனற்றது. இதில் கணவன் வீட்டு உறவினர் அல்லது மனைவி வீட்டு உறவினர் என்ற பாரபட்சமும் தேவையற்றது. அது பிரச்சினையை மட்டும் பார்க்கும் போது புலப்படாது.

9. **நல்லதையே எண்ணுதல்:** எப்போதும், நல்லவற்றை மட்டுமே எண்ணப்பழக வேண்டும். ஒருவர் தாமதமாக வந்தால், உடனேயே அவருக்கு விபத்து ஆகியிருக்குமோ என்று அச்சப்படத் தேவையில்லை. அது பதட்டத்தை உண்டாக்கும். அவருக்கு அலுவலகத்தில் வேலை அதிகமாகி இருக்கலாம். போக்குவரத்து இடைஞ்சல் நிறைய இருக்கலாம் அல்லது வேறு வேலை அல்லது நண்பர்களைச் சந்திக்கச் சென்றிருக்கலாம் என எண்ணிச் சமாதானம் அடைய வேண்டும். அதுவே பதட்டத்தைக் குறைக்கும்

10. உங்கள் கண்ணோட்டத்தை மாற்றவும். சவால்களை நோக்கி மேலும் நேர்மறையான அணுகுமுறையை வளர்த்துக் கொள்ள முயற்சி செய்யுங்கள். எதிர்மறை எண்ணங்களை நேர்மறை எண்ணங்களுடன் மாற்றுவதன் மூலம் இதைச் செய்யலாம். உதாரணமாக, "ஏன் எல்லாம் எப்போதும் தவறாக நடக்கிறது?" என்று நினைப்பதை விட. இந்த எண்ணத்தை மாற்ற, "இதைக் கடந்து செல்வதற்கு நான் ஒரு வழியைக் கண்டுபிடிக்க முடியும்." இது முதலில் கடினமாகவோ அல்லது வேடிக்கையானதாகவோ தோன்றலாம், ஆனால் பயிற்சியின் மூலம், இது உங்கள் பார்வையை மாற்ற உதவுகிறது.

11. நீங்கள் விரும்பும் ஒன்றைச் செய்யுங்கள். மன அழுத்தம் உங்கள் நிம்மதியைக் குறைக்கும் போது, உங்களைமகிழ்ச்சிக்கு அழைத்துச் செல்ல நீங்கள் விரும்பும் ஒன்றைச் செய்யுங்கள். இது ஒரு நல்ல புத்தகத்தைப் படிப்பது, இசையைக் கேட்பது, பிடித்த திரைப்படத்தைப் பார்ப்பது அல்லது நண்பருடன் இரவு உணவு சாப்பிடுவது போன்ற எளிமையானதாக இருக்கலாம். அல்லது, ஒரு புதிய பொழுதுபோக்கைக் கற்றுக்கொள்ளுங்கள். நீங்கள் எதை தேர்வு செய்தாலும், உங்களுக்காக ஒரு நாளைக்கு ஒரு காரியத்தையாவது செய்ய முயற்சி செய்யுங்கள்.

12. ஓய்வெடுக்க புதிய வழிகளைக் கற்றுக்கொள்ளுங்கள். மனத்தை இலேசாக்கும் நுட்பங்களைப் பயிற்சி செய்வது தினசரி மன அழுத்தத்தைக் கையாள ஒரு சிறந்த வழியாகும். மனத்தை இலேசாக்கும் நுட்பங்கள் உங்கள் இதயத் துடிப்பைக் குறைக்கவும் உங்கள் இரத்த அழுத்தத்தைக் குறைக்கவும் உதவுகின்றன. ஆழ்ந்த சுவாசம் மற்றும் தியானம் முதல் யோகா வரை பல வகைகள் உள்ளன.

13. நண்பர்களை மீண்டும் சந்திக்க முயலுங்கள்.. குடும்பத்தினருடனும் நண்பர்களுடனும் நேரத்தைச் செலவிடுவது உங்களுக்கு நிம்மதியாக உணரவும், உங்கள் மன அழுத்தத்தை மறக்கவும் உதவும். ஒரு நண்பரிடம் நம்பிக்கை வைப்பது உங்கள் பிரச்சினைகளைத் தீர்க்க உதவும்.

14. போதுமான அளவு உறங்குதல் நல்லது. இரவில் நன்றாக உறங்குவது, இன்னும் தெளிவாகச் சிந்திக்கவும் ஆற்றலைப் பெறவும் உதவும். இதனால் ஏற்படும் பிரச்சனைகளை எளிதில் கையாளலாம். ஒவ்வொரு இரவும் சுமார் 7 முதல் 9 மணிநேரம் வரை இலக்கு வைத்திருங்கள்.

15. ஆரோக்கியமான உணவை உண்ணுங்கள். ஆரோக்கியமான உணவுகளை உண்பது உங்கள் உடலையும் மனதையும் எரியூட்ட உதவுகிறது. அதிகச் சர்க்கரை உள்ள சிற்றுண்டி உணவுகளைத் தவிர்த்துவிட்டு, காய்கறிகள், பழங்கள், முழு தானியங்கள், குறைந்த கொழுப்பு அல்லது கொழுப்பு

இல்லாத பால் பொருட்கள் மற்றும் மெலிந்த புரதங்களைச் சேர்த்துக் கொள்ளுங்கள்.

16. இல்லை / முடியாது என்று சொல்லக் கற்றுக்கொள்ளுங்கள். உங்கள் மன அழுத்தம் உருவாக வீட்டில் அல்லது வேலையில் அதிகமாக வேலை செய்வது, பொறுப்புக்களை எடுத்துக் கொள்வது. உங்களுக்குத் தேவைப்படும்போது மற்றவர்களிடம் உதவி கேளுங்கள். உங்களால் முடியாத போது முடியவில்லை என்று மனம் விட்டு சொல்லக் கற்றுக்கொள்ளுங்கள். அப்போதுதான் அவர்களும் உங்களிடம் அதிக பொறுப்புகளைக் கொடுத்ததை உணர்ந்து கொள்ளுவார்கள்.

18.வெற்றி மீது வெற்றி வந்து என்னைச் சேரும்

வெற்றிபெற, நீங்கள் இலக்குகளை அமைக்க வேண்டும் என்பது உங்களுக்குத் தெரியும், ஆனால் உண்மையில் உங்கள் இலக்குகளை அடையும்போதே உண்மையான வேலை தொடங்குகிறது.

கடந்த காலத்தில் நீங்கள் முயற்சி செய்து உங்கள் இலக்குகளை அடையவில்லை என்றால், சோர்வடைவது எளிது; நீங்கள் இலக்குகளை எளிதில் அடையக்கூடிய நபரா அல்லது இலக்குகளை நிர்ணயிப்பது மதிப்புள்ளதா என்று நீங்கள் யோசிக்க ஆரம்பித்திருக்கலாம்.

ஆனால் உண்மை என்னவென்றால், உங்களுக்கான எந்த இலக்கையும் அடைய உங்களுக்கு அதிகாரம் அளிக்கும் நுட்பங்களை நீங்கள் எப்போது வேண்டுமானாலும் கற்றுக்கொள்ளலாம்.

நாவலாசிரியர் சி.எஸ். லூயிஸ் கூறியது போல், "புதிய இலக்கை அமைக்கவோ அல்லது புதிய கனவைக் கனவு காணவோ உங்களுக்கு ஒருபோதும் வயதாகவில்லை."

இலக்கை நிர்ணயிப்பது ஏன் முக்கியம்?

உங்கள் வாழ்க்கை எப்படி இருக்க வேண்டும் என்று நீங்கள் விரும்புகிறீர்கள் என்ற பார்வை உங்களுக்கு இருக்கலாம்.

ஒருவேளை நீங்கள் மகிழ்ச்சியான மற்றும் செழிப்பான குடும்பத்தைப் பெற விரும்பலாம், உங்கள் சொந்தத் தொழிலைத் தொடங்கலாம், ஆரோக்கியமாகச் சாப்பிடலாம், அரை மராத்தான் ஓடலாம், நிதி ரீதியாகச் சுதந்திரமாக இருக்க வேண்டும் அல்லது உலகம் முழுவதும் பயணம் செய்ய விருப்பம் கொள்ளலாம்.

இலக்கு அமைப்பது முக்கியமானது, ஏனெனில் இது உங்கள் இலக்குகளை அடையத் தேவையான குறிப்புகளை வழங்குகிறது. குறிப்பாக உங்களிடம் பெரிய இலக்குகள் இருக்கும் போது - நீங்கள் பெரியதாக கனவு காண வேண்டும் - இலக்கு அமைக்கும் செயல்முறை உங்களுக்கு ஒரு சாலை வரைபடத்தை வழங்குகிறது, எனவே நீங்கள் சரியான திசையில் செல்கிறீர்கள் என்பதைப் புரிந்து கொள்ளவும் வழிகாட்டவும் தேவையான தகவல்களைச் சேகரித்துக் கொள்கிறீர்கள்.

இலக்குகளை அமைப்பதற்கு உங்களுக்கு அதிக கவனம் தேவைப்படும். 'ஒரு நாள்' நீங்கள் செய்யும் காரியத்திற்குப் பதிலாக, உங்கள் அன்றாட அட்டவணையின் ஒரு பகுதியாக இலக்குகளை அடைய நீங்கள் தினசரி ஆலோசனை செய்யக்கூடிய செயல் திட்டத்தை இந்த கடைசிப் பகுதி வழங்குகிறது.

இலக்கு அமைப்பது உங்கள் நேரத்தைச் சிறப்பாக நிர்வகிக்க உதவுகிறது. உங்கள் இலக்குகளுக்குச் சரியான கவனம் செலுத்துவதற்கு நீங்கள் எப்போதும் மிகவும் சுறுசுறுப்பாக இருப்பதைப் போல உணருவதற்குப் பதிலாக, இலக்குகளை அமைப்பது உங்கள் நேரத்தை புத்திசாலித்தனமாக பயன்படுத்த உதவுகிறது. முக்கியமான விஷயங்கள் அதிகமாகச் செய்யப்படுகின்றன, மேலும் கவனத்தை சிதறடிக்கும் அல்லது குறைவான முக்கியத்துவம் வாய்ந்த விஷயங்கள் இனி உங்கள் நேரத்தைத் தின்னாது..

நீங்கள் இலக்குகளை அமைக்கும்போது, உந்துதலுடனும் ஊக்கத்துடனும் இருப்பது எளிது. இரவில் உறங்குவதற்கு முன் உங்கள் இலக்குகளை மதிப்பிடுவதையும், காலையில் எழுந்ததும் உங்கள் இலக்குகளைப் பற்றி சிந்திக்கும் பழக்கத்தையும் உருவாக்க வேண்டும். உங்கள் இலக்குகளை அடைவது ஒரு

வாழ்க்கை முறையாகும், மேலும் உங்களுக்கு நோக்கத்தை வழங்குகிறது.

உங்கள் வாழ்க்கை இலக்குகளை அடையாளம் காண்பது சிறந்த முடிவுகளை எடுக்கவும் உங்கள் எதிர்காலத்தின் மீது அதிக கட்டுப்பாட்டைப் பெறவும் உதவுகிறது. உங்கள் இலக்குகள் மனதில் இருக்கும் போது, உங்கள் இலக்குகளுடன் ஒத்துப்போகும் முடிவுகளை எடுப்பீர்கள் மற்றும் நேரத்தையும் சக்தியையும் வீணடிப்பதைத் தவிர்க்கலாம்.

தனிப்பட்ட இலக்குகள் மற்றும் தொழில்முறை இலக்குகளை அமைத்தல்

மிகவும் வெற்றிகரமான நபர்கள் தங்கள் வாழ்க்கையின் அனைத்து அம்சங்களிலும் இலக்குகளை நிர்ணயித்து அதை அடைவதை நீங்கள் காண்பீர்கள். அவர்கள் தங்கள் தனிப்பட்ட மற்றும் தொழில் வாழ்க்கைக்கு குறுகிய கால மற்றும் நீண்ட கால இலக்குகளை அமைக்கின்றனர்.

தனிப்பட்ட இலக்குகளை அமைப்பது பெரும்பாலும் உங்கள் வாழ்க்கைக்கான இலக்குகளை அடைவதை பாதிக்கும். எடுத்துக்காட்டாக, ஆரோக்கியமான வாழ்க்கை முறையை வாழ்வதற்கான உங்கள் அர்ப்பணிப்பு, இதன் மூலம் நீங்கள் உடல் எடையை குறைக்கலாம் அல்லது அதிக உடற்தகுதியுடன் இருக்க முடியும் என்பது இயற்கையாகவே உங்களுக்கு வேலையில் சிறப்பாகச் செயல்பட அதிக ஆற்றலைக் கொடுக்கும். நீங்கள் உங்கள் திறமைகளை வளர்த்துக் கொள்ளும்போது அல்லது அதிக அர்த்தமுள்ள தனிப்பட்ட உறவுகளை உருவாக்கும்போது, உங்கள் அதிகரித்த மகிழ்ச்சியும் தனிப்பட்ட திருப்தியும் உங்களை வேலையில் சிறந்த குழு வீரராக மாற்றும் மற்றும் உங்கள் தொழில் வாழ்க்கையில் சிறந்து விளங்க உங்களைத் தூண்டும்.

தனிப்பட்ட இலக்குகள் உடல், மன, உணர்ச்சி, ஆன்மீகம் மற்றும் நிதி சார்ந்ததாக இருக்கலாம். உங்கள் நாளில் 30 நிமிட செயல்பாடுகளைச் சேர்க்க, புதிய மொழியைக் கற்றுக்கொள்ள, உங்கள் சுயமரியாதையை மேம்படுத்த, அதிக பொறுமையைக் கடைப்பிடிக்கவும் அல்லது உங்கள் கடனை அடைக்கவும்

நீங்கள் இலக்கை அமைக்கலாம். நீங்கள் மேம்படுத்த விரும்பும் உங்கள் வாழ்க்கையின் எந்த அம்சமும் இலக்குகளை நிர்ணயித்து அடையும்.

தொழில்முறை இலக்குகள் உங்கள் தற்போதைய வாழ்க்கை அல்லது தொழில் மாற்றத்திற்கு நீங்கள் செல்ல விரும்பும் திசையுடன் தொடர்புடையது. பதவி உயர்வு பெறுவதற்கு உங்களைச் சிறந்த நிலையில் வைத்துக்கொள்ள உங்கள் தொழில்நுட்ப அல்லது பணியிடத் திறன்களை மேம்படுத்திக்கொள்ள விரும்பலாம். சிறிய, அடையக்கூடிய இலக்குகளை அமைப்பது வேலையில் ஒரு பெரிய திட்டத்தை முடிக்க உதவும்.

ஒருவேளை நீங்கள் அடுத்த காலாண்டில் விற்பனையை அதிகரிக்க விரும்புகிறீர்கள் அல்லது உங்கள் குழுவை ஊக்குவிப்பதற்காக பயனுள்ள வழிகளைக் கண்டறிய வேண்டும், அதனால் உற்பத்தித்திறன் உயரும். புதிய பணியாளர்களைக் கண்டறிவதற்கான சிறந்த செயல்முறையை அல்லது வேலையில் உங்களை மிகவும் திறமையாக்கும் தினசரி வழக்கத்தை நீங்கள் உருவாக்க விரும்பலாம்.

நீங்கள் உங்கள் சொந்த வியாபாரத்தை நிறுவ அல்லது வளர்க்க விரும்பினால், யதார்த்தமான இலக்குகளை அமைக்கும் திறன் உங்கள் வெற்றியில் அனைத்து மாற்றங்களையும் ஏற்படுத்தும். நீங்கள் எதை அடைய விரும்புகிறீர்கள் என்பதைக் கண்டறிந்து, அங்கு செல்வதற்கு உங்களுக்கு உதவ அர்த்தமுள்ள இலக்குகளை அமைக்கும்போது, வெற்றி மிகவும் சாத்தியம், தவிர்க்க முடியாததும் கூட.

வீட்டிலும் வேலையிலும் உங்கள் வாழ்க்கை எப்படி இருக்க வேண்டும் என்பதைக் கவனமாக பரிசீலிக்கவும்; நண்பர்கள், குடும்பத்தினர், சக ஊழியர்கள் மற்றும் வாடிக்கையாளர்களுடன்; உங்களுக்காகவே, உங்கள் இலக்கை அமைக்கும் பயணத்தைத் தொடங்குங்கள்.

இலக்குகளை எவ்வாறு அமைப்பது என்பதை முன்பே பார்த்திருக்கிறோம். இலக்குகளை அமைப்பதற்கான முதல் படி, நீங்கள் இன்று எங்கே இருக்கிறீர்கள், நாளை மற்றும்

எதிர்காலத்தில் நீங்கள் எங்கு இருக்க விரும்புகிறீர்கள் என்பதைச் சிந்திக்க தரமான நேரத்தைச் செலவிடுவதாகும். நீங்கள் மகிழ்ச்சியாக, வெற்றிகரமானதாக அல்லது நிறைவாக இருக்க என்ன மாற்ற வேண்டும் என்று நினைக்கிறீர்கள்? அடுத்த ஆண்டு அல்லது ஐந்து, பத்து அல்லது அதற்கு மேற்பட்ட வருடங்களில் விஷயங்கள் எப்படி இருக்க வேண்டும் என்று விரும்புகிறீர்கள்?

அடுத்து, உங்கள் மிக முக்கியமான முன்னுரிமைகள் மற்றும் மதிப்புகளுடன் உங்கள் இலக்குகளை சீரமைக்கவும். நீங்கள் எதற்கும் தொடர்புடைய இலக்குகளை அமைக்க முடியும் என்றாலும், நீங்கள் மிகவும் விரும்புவதற்கும் நம்புவதற்கும் பொருத்தமான இலக்குகளை உருவாக்கும்போது, உங்கள் இலக்கை அமைக்கும் பயணத்தின் மூலம் நீங்கள் அதிகப் பலனைப் பெறுவீர்கள்.

நீங்கள் எப்போது இலக்குகளை அமைக்க வேண்டும்? சிறந்த நேரம் இப்போது உள்ளது. இந்த நேரத்தில் நீங்கள் மிக அதிகமான வேலைப் பணி கொண்டவராக இருந்தாலும் அல்லது விஷயங்கள் மிகவும் சிக்கலானதாக நீங்கள் உணர்ந்தாலும், மாற்றங்களைச் செய்ய நிகழ்காலத்தை விட சிறந்த நேரம் எதுவுமில்லை, எனவே உங்கள் சிறந்த எதிர்காலத்தை இப்போதே தொடங்கலாம். நாளை என்ற ஒன்று எபோதும் இல்லை. காலம் வரையறைக்குள் அடங்குவதில்லை

நீங்கள் விரும்புவதைப் பற்றிச் சிந்திக்க சிறிது நேரம் ஒதுக்குங்கள் மற்றும் உங்கள் எதிர்கால சுயத்திற்கு அர்த்தமுள்ள ஒரு குறிப்பிட்ட இலக்கை அமைக்கவும். இது அடையக்கூடியது என்பதை உறுதிப்படுத்திக் கொள்ளுங்கள், மேலும் சிறிய அளவுகோல்களை அடையாளம் காண்பதன் மூலம் உங்கள் முன்னேற்றத்தைக் கண்காணிக்கலாம். உங்கள் இலக்கை எப்போது அடைய விரும்புகிறீர்கள் என்பதற்கான தேதியை அமைக்கவும்.

இலக்குகளை அடைவதற்கான உத்திகள்

இலக்குகளை அமைப்பதில் அந்த முதல் படியை நீங்கள் எடுத்தவுடன், இலக்குகளை அடைவதற்கான புத்திசாலித்தனமான

உத்திகளைக் கையாள்வது உங்களை வெற்றியை நோக்கித் தள்ளும். தனிப்பட்ட முறையில் மற்றும் தொழில் ரீதியாக நான் அடைந்த அனைத்திற்கும் பங்களித்த சிறந்த குறிப்புகள் சில இங்கே உள்ளன.

உங்கள் இலக்குகளை எழுதுங்கள்

தங்கள் இலக்குகளை எழுதுபவர்கள், செய்யாதவர்களை விட, அவற்றை அடைவதற்கான வாய்ப்புகள் அதிகம். உங்கள் இலக்குகளை நீங்கள் எங்கு எழுதுகிறீர்கள் என்பது முக்கியமல்ல, நீங்கள் அதைச் செய்கிறீர்கள்.

உங்கள் இலக்குகளை ஒரு பத்திரிகை, சுழல் நோட்புக், திட்டமிடுபவர் அல்லது ஒரு எளிய காகிதத்தில் எழுதலாம். உங்கள் இலக்குகளை ஒரு முக்கிய இடத்தில் பார்க்க விரும்பினால், அவற்றை உங்கள் சுவரில் தொங்கவிட்ட பெரிய போஸ்டர் போர்டில் எழுதவும் அல்லது பார்வைப் பலகையை உருவாக்கவும். உங்கள் இலக்குகளை டிஜிட்டல் முறையில் எழுத நீங்கள் விரும்பலாம், எனவே Google டாக்ஸ் அல்லது வேர்ட் போன்ற நிரல் அல்லது இலக்கை அமைக்கும் செயலியைத் தேர்வுசெய்யவும்.

உங்கள் இலக்குகளை குளியலறைக் கண்ணாடியில் அல்லது துடைக்கும் பின்புறத்தில் கூட எழுதலாம். உங்கள் இலக்குகள் புத்திசாலித்தனமானவை என்பதை உறுதிப்படுத்திக் கொள்ளுங்கள், ஒவ்வொரு நாளும் அவற்றை நீங்கள் மீண்டும் பார்க்கலாம்.

உங்கள் இலக்குகளை எழுதுவது, பின்பற்றுவதற்கான உறுதியான சாலை வரைபடத்தை உங்களுக்கு வழங்குகிறது, எனவே நீங்கள் எங்கு செல்கிறீர்கள், எப்படி அங்கு செல்வது என்பது உங்களுக்குத் தெரியும்.

எழுதப்பட்ட இலக்குகள் நீங்கள் என்ன நடக்க விரும்புகிறீர்கள் என்பதைப் பற்றி மேலும் தெளிவுபடுத்துகின்றன. உங்கள் இலக்குகளை எழுதுவதற்கு நீங்கள் எடுக்கும் முயற்சி, உங்கள் தலையில் இருந்து யோசனைகளை மிகவும் புலப்படும், உண்மையான, தெளிவான மற்றும் அடையக்கூடிய அபிலாஷைகளுக்கு மாற்றுகிறது.

உங்கள் இலக்குகளை எழுத்து வடிவில் வைப்பது, ஒவ்வொரு நாளும் நீங்கள் கவனம் செலுத்த விரும்புவதைப் பற்றிய பயனுள்ள நினைவூட்டலாக செயல்படுகிறது.

உங்கள் இலக்குகள் எழுதப்பட்டால் உங்கள் முன்னேற்றத்தை மிக எளிதாக அளவிடலாம் மற்றும் உங்கள் வெற்றிகளைக் கொண்டாடலாம். நீங்கள் சரிபார்க்கும் ஒவ்வொரு அடியிலும், நீங்கள் எவ்வளவு தூரம் வந்துவிட்டீர்கள், எதைச் சாதிக்க வேண்டும் என்பதை நீங்கள் பார்க்கலாம். இது உங்களுக்கு உந்துதலைத் தருவது மட்டுமல்லாமல், உங்களைச் சோர்வடையாமல் இருக்கவும் உதவுகிறது.

எழுதப்பட்ட இலக்குகள் கவனம் செலுத்த உங்களுக்கு உதவுகின்றன, எனவே உங்களை வேறு திசையில் அல்லது அர்த்தமற்ற செயல்களுக்கு அனுப்பும் புதிய வாய்ப்புகளால் நீங்கள் திசைதிருப்பப்பட மாட்டீர்கள். முக்கியமான விஷயங்களுக்கு முன்னுரிமை அளிக்கவும், நல்ல, சிறந்த மற்றும் சிறந்த முடிவுகளுக்கு இடையே தேர்வு செய்யவும் அவை உங்களுக்கு உதவுகின்றன.

எந்த நேரத்திலும் நீங்கள் முன்னேற்றத்திற்காக பாடுபடுவீர்கள், நீங்கள் தவிர்க்க முடியாமல் எதிர்ப்பை சந்திப்பீர்கள். உங்கள் இலக்குகளை எழுதுவது, நீங்கள் கவனம் செலுத்துவதற்கு தெளிவான மற்றும் உறுதியான ஒன்றை வழங்குவதன் மூலம் சாலைத் தடைகள் மூலம் சக்தி பெற உதவும்.

தினசரி உங்கள் இலக்குகளை மறுபரிசீலனை செய்யுங்கள்

உங்கள் இலக்குகளை எழுதுவது, நீங்கள் இருக்க விரும்பும் பாதையில் உங்களைத் தொடங்கும் அதே வேளையில், ஒவ் வொரு நாளும் உங்கள் இலக்குகளை மறுபரிசீலனை செய்வதன் மூலம் உங்களுக்கு உண்மையிலேயே வெற்றி கிடைக்கும்.

ஒவ்வொரு நாளும் உங்கள் இலக்குகளைப் பார்ப்பது, அவற்றில் கவனம் செலுத்த உங்களுக்கு உதவும், அவற்றை நோக்கித் தொடர்ந்து முயற்சி செய்வதற்கான உந்துதலை உங்களுக்கு வழங்கும், மேலும் உங்கள் இலக்குகளை நீங்கள் கருத்தில் கொள்ளவில்லை எனில், உங்கள் இலக்குகளை மறுபரிசீலனை செய்ய அனுமதிக்கும்.

ஒவ்வொரு நாளின் முடிவிலும், உங்கள் இலக்குகளை மதிப்பாய்வு செய்து, அவற்றைப் பயன்படுத்தி அடுத்த நாளுக்கான நீங்கள் செய்ய வேண்டிய பட்டியலை உருவாக்கவும். உங்கள் இலக்குகளை குறிக்கோள் மற்றும் நீங்கள் சரிபார்க்கக்கூடிய பணிகளாக உடைக்கவும். "உங்கள் பட்டியலை உருவாக்கும் போது இன்று நான் என்ன செய்ய வேண்டும் அல்லது என்ன செய்ய வேண்டும்?" என்று உங்களை நீங்களே கேட்டுக்கொள்ளுங்கள்.

உங்கள் பணிகளுக்கு முன்னுரிமை அளிப்பதை உறுதிப்படுத்திக் கொள்ளுங்கள், எனவே நீங்கள் மிக முக்கியமான விஷயங்களை முதலில் செய்கிறீர்கள். உங்கள் பட்டியலை எண்ணிப் பார்ப்பதை முதல் பணியாகச் செய்ய வேண்டும். அது உங்கள் இலக்கை அடைய உங்களை நெருங்கிச் செல்லும். இது எப்பொழுதும் மிகவும் கவர்ச்சிகரமான அல்லது எளிதான பணி அல்ல, ஆனால் மிகவும் அவசியமானவற்றில் உங்கள் முயற்சிகளை நீங்கள் கவனம் செலுத்தினால், உங்கள் இலக்குகளை விரைவாக அடைவீர்கள்.

பொறுப்புடன் இருங்கள்

இலக்குகளை அடைவதற்கு சுய ஒழுக்கம் தேவை. உந்துதல் இல்லாததால் நீங்கள் ஓய்வு எடுக்க விரும்பும் நேரங்கள் உங்களுக்கு இருக்கும் அல்லது முன்னேற்றம் இல்லாததால் நீங்கள் சோர்வடையலாம்.

இருப்பினும், உங்கள் இலக்குகளை நோக்கி நீங்கள் எடுக்கும் ஒவ்வொரு செயலும் முக்கியமானது. நீங்கள் முடிவுகளைப் பார்க்காவிட்டாலும், தொடர் முயற்சி, சரியான நேரத்தில், உங்கள் பலனை நீங்கள் காண்பீர்கள்.

இதனாலேயே அளவிடக்கூடிய இலக்குகளை வைத்திருப்பது முக்கியம். சிறிய இலக்குகளைச் சரிபார்ப்பது உந்துதலுடனும் பொறுப்புடனும் இருக்க உதவும்.

ஒவ்வொரு முறையும் நீங்கள் ஒரு சாதனையைப் பெறுவீர்கள் - பெரியது அல்லது சிறியது - உங்கள் வெற்றிகளுக்கு வெகுமதி அளிக்கவும். நடைப்பயணம் மேற்கொள்வது முதல் கூடுதல் செலவு செய்வது வரை உங்களை ஊக்குவிக்கும் எதுவும் இருக்கலாம்

நேசிப்பவருடன் செலவிடும் நேரம், ஒரு திரைப்படத்தைப் பார்ப்பது, உங்கள் முதுகில் உங்களைத் தட்டிக் கொடுப்பது, ஒரு ட்வீட்டை இடுகையிடுவது அல்லது உங்கள் நாளுக்கு கூடுதல் இடைவெளியைச் சேர்ப்பது என எது வேண்டுமானாலும் உங்களை ஊக்குவிக்கலாம்.

உங்களைப் போன்ற இலக்குகள் அல்லது உந்துதல் உள்ள ஒருவரைக் கண்டுபிடித்து, பணியில் இருக்கும் ஒருவருக்கொருவர் உதவுங்கள். ஒன்று அல்லது அதற்கு மேற்பட்ட நபர்கள் உங்கள் இலக்குகளை அடைய உதவுவதன் மூலம் உங்கள் இலக்குகளை குழு முயற்சியாக மாற்றலாம்.

பொறுப்பாக இருப்பதன் ஒரு பகுதி அட்டவணையை சேர்ந்து அமைப்பதும் சேர்ந்து செய்வதும் ஆகும். ஒவ்வொரு இரவும் உங்கள் இலக்குகளை மதிப்பாய்வு செய்து ஒவ்வொரு நாளும் செய்ய வேண்டிய பட்டியலுக்கு முன்னுரிமை அளிப்பதை வழக்கமாக்கிக் கொள்ளுங்கள். கவனச்சிதறல்கள் நிகழும்போது, ஒரு நிலையான அட்டவணையைப் பின்பற்ற உங்களை ஒழுங்குபடுத்துவது செல்லும் வழியில் பெரும் ஈடுபாட்டைத் தரும்

ஆரோக்கியமான பழக்கங்களை உருவாக்குங்கள்

உங்கள் இலக்குகளை அடைய உங்களைக் கவனித்துக்கொள்வது அவசியம். பயனுள்ள மற்றும் முக்கியமான எதையும் நோக்கி முயற்சி செய்வதற்கு ஆற்றல் மற்றும் உந்துதல் தேவை. சில சமயங்களில் மன அழுத்தமாகவும் இருக்கலாம். ஆரோக்கியமான பழக்கவழக்கங்களை உருவாக்குவது சீரான மற்றும் மகிழ்ச்சியாக இருப்பதற்கு தேவையான உயிர்ச்சக்தியை உங்களுக்கு வழங்கும்.

நல்ல ஆரோக்கிய பழக்கங்களில் உங்கள் உடல், மன, உணர்ச்சி மற்றும் ஆன்மிக ஆரோக்கியம் ஆகியவை அடங்கும். சத்தான உணவுகள் மற்றும் பானங்களை உண்ணுங்கள் மற்றும் உங்களை சோர்வாக உணரவைக்கும் பழக்கங்களைத் தவிர்ப்பதும், கூடுதல் எடையை அதிகரிக்கும் உணவுப்பழக்கங்களைத் தவிர்ப்பதும் அல்லது உங்கள் சிந்தனையின் தெளிவை அகற்றுவதை குறைப்பதும் நல்லது. உங்கள் வாராந்திர வழக்கத்தில் உடற்பயிற்சியைத் திட்டமிடுவதன் மூலம்

சுறுசுறுப்பாக இருங்கள். ஆரோக்கியமாக இருக்க உங்களுக்கு ஜிம் மெம்பர்ஷிப் தேவையில்லை, ஆனால் சுறுசுறுப்பாக இருக்க இது உங்களுக்கு பிடித்தமான வழி என்றால், தவறாமல் செல்லுங்கள். உடற்பயிற்சி என்பது தினசரி நடைப்பயிற்சி, உள்ளூர் பொழுதுபோக்கு விளையாட்டுக் கழகத்தில் சேர்வது, உங்கள் வாழ்க்கை அறையில் உடல் எடையைக் குறைக்கும் பயிற்சிகள் செய்வது, தோட்டம் அமைத்தல் அல்லது ஜாகிங் செல்வது.

சரியான அளவு உறங்குவதையும் உறுதிப்படுத்திக் கொள்ளுங்கள். தூக்கம் உங்கள் மூளை மற்றும் உடலை புத்துயிர் பெற உதவுகிறது, எனவே நீங்கள் விழித்திருக்கும் போது நீங்கள் அதிகமாக சாதிக்க முடியும். தூக்கமின்மையால் உற்பத்தித்திறன் இல்லாமை, கவனக்குறைவான பிழைகள் மற்றும் மோசமான உடல்நலம் ஆகியவை ஏற்படலாம்.

நேர்மறையான சூழலுடன் இருப்பது நல்லது. சுற்றிலும் தினசரி நேர்மறையான உறுதிமொழிகளைப் பயிற்சி செய்வதன் மூலம் உணர்ச்சி ரீதியாக ஆரோக்கியமாக இருங்கள்.

தியானம், பத்திரிகை மற்றும் அமைதியான தருணங்களைக் கொண்டிருப்பதன் மூலம் ஆரோக்கியமான மன மற்றும் ஆன்மிக பழக்கங்களைப் பயிற்சி செய்யுங்கள். வாழ்நாள் முழுவதும் நல்ல நூல்களைப் படிப்பவராக இருப்பது உங்கள் மனதையும் சுறுசுறுப்பாக வைத்திருக்கும்.

நீங்கள் இவ்வளவு தூரம் சாதித்துள்ளீர்கள் என்று உங்களை வாழ்த்திக்கொள்ள சிறிது நேரம் ஒதுக்குங்கள். உங்கள் வாழ்க்கை மற்றும் இலக்கை அமைக்கும் திறன்களை மேம்படுத்துவதற்கான முதல் மற்றும் மிக முக்கியமான படியை நீங்கள் எடுத்துள்ளீர்கள்.

உங்கள் கனவுகளை மூளைச்சலவை செய்து அவற்றை இலக்குகளாக மாற்றுவதற்கான உங்கள் தேடலைத் தொடங்கி விட்டீர்கள்.

உங்கள் நம்பிக்கையை அதிகரிக்கவும், உற்சாகமூட்டவும், உங்கள் கனவு இருப்பை உருவாக்குவதற்குத் தேவையான வரைபடத்தை நீங்களே வரைந்து கொள்ள முடியும். உங்களுக்காக நீங்கள் நிர்ணயித்த எந்தவொரு இலக்கையும்

அடைய நீங்கள் கற்றுக்கொள்ள வேண்டிய எந்த திறமையையும் நீங்கள் கற்றுக்கொள்ளலாம்.

இந்த வேறுபாடு உங்கள் வாழ்க்கை இலக்குகளை அடைவதில் வெற்றிக்கான திறவுகோல்களில் ஒன்றாக இருக்கும்.

உங்கள் முதல் இலக்கை நிர்ணயித்தல்

92 சதவீத இலக்கு நிர்ணயிப்பவர்கள் தங்கள் இலக்குகளை உண்மையாகப் பின்தொடர்வதில்லை என்று சமீபத்திய ஆய்வு காட்டுகிறது.. விடாமுயற்சி உங்கள் இலக்கை நிர்ணயிக்கும் முயற்சிகளில் உங்களை மேலும் துவக்கும்.

உங்களுக்கு உதவும். இலக்குகளைப் பற்றி இன்னும் ஆழமாகச் சிந்திக்கவும், உங்களின் முக்கிய திட்டவட்டமான நோக்கம் என்ன என்பதையும், இலக்கை அமைப்பதில் அதன் செயல்பாடு என்ன என்பதையும் சிந்தித்து கண்டறிந்து கொள்ளுங்கள்.. அப்போதுதான் உங்களால் உங்கள் மனம் அதில் எவ்வாறு செயல்படுவது என்பதில் ஆழமாக மூழ்கும்.

பாடம் 3: உங்கள் முதல் இலக்கு மற்றும் பொறுப்பை அடைதல்

என்ற தகவல் சேகரிப்பில் இறங்கினீர்கள் என்றால், நீங்கள் உங்கள் வழியில் இருக்கிறீர்கள் என்று அர்த்தம்

இந்தத் தகவல்கள் உங்கள் தன்னம்பிக்கை மற்றும் மன உணர்வை மறுபரிசீலனை செய்வதற்கான வாய்ப்பை வழங்குகிறது. இந்த தகவல்களும் ஆலோசனைகளும், வித்தியாசமாக சிந்திக்க கற்றுக்கொள்வது மற்றும் இலக்கை அடைய ஊக்குவிப்பதை தெளிவாக்கும். முக்கியமாகப் பயத்தை நேருக்கு நேர் எதிர்கொள்வதே உங்கள் முன்னேற்றத்திற்கு வழிவகுக்கும்.

இவற்றை எல்லாம் எதிர்கொண்டபின், உலகமே உங்கள் சிப்பி. உங்கள் வாழ்க்கையின் இழைகளையே மாற்றிவிடும். உங்கள் தகுதியின் கீழ் SMART இலக்குகளுடன், நீங்கள் அடையக்கூடிய இலக்குகளுக்கு வரம்பு இல்லை.

உங்கள் வாழ்க்கை முறை ஒரு புதிய தோற்றத்தை எடுக்கும், ஏனெனில் நீங்கள் ஒரு நேரத்தில் உங்கள் இலக்கை நோக்கி வெற்றிகரமாக உங்கள் நாட்களை நகர்த்துவீர்கள். உங்களால்

சாத்தியமானது மற்றும் நீங்கள் உண்மையில் பார்க்க விரும்பும் எந்த இலக்கையும் எவ்வாறு கட்டுப்படுத்தலாம் என்பதை நீங்கள் பார்க்கும் விதத்தை நீங்கள் மாற்றியிருப்பீர்கள்.

உங்கள் இலக்குகளை அடைந்து வெற்றியை அடையத் தொடங்குங்கள்

உங்கள் இலக்குகளை நிர்ணயிப்பதும், இந்த உத்திகளைப் பின்பற்றுவதும் நீங்கள் கனவு காணும் வெற்றியை உணர உதவும்...

பத்மா அர்விந்த் மருத்துவத்துறையில் முனைவர் பட்டமும் நிர்வாகவியலில் மேலாண்மை பட்டமும் பெற்றவர். அமெரிக்க மத்திய, மாநில அரசின் மனிதவள மற்றும் உடல்நலத் துறையின் கொள்கை மாற்ற ஆலோசகராகவும் உடல்நலத்துறையின் சிறப்பு ஆலோசகராகவும் 20 வருடங்களுக்கும் மேலாகச் செயல்பட்டு வருகிறார்.

திசைகள், தமிழோவியம் போன்ற இணைய இதழ்களும், ஊடறு, தினமணி ஆகிய பதிப்பு பத்திரிகைகளும் இவருடைய கட்டுரைகளைத் பிரசுரித்திருகின்றன. மெட்ராஸ் பேப்பர் என்ற இணைய இதழில் தொடர்ந்து எழுதி வருகிறார். அமெரிக்காவில் நிரந்தரக் குடியுரிமை பெறும் வழிகள் குறித்து இவர் எழுதிய க்ரீன் கார்ட் என்ற புத்தகமும் சீரோ டிகிரி பதிப்பகத்தால் வெளியிடப்பட்டிருக்கிறது. இதைத்தவிர, அகம், தண்ணீர், பருவம், இரவு ஆகிய கட்டுரைத்தொகுப்புகளில் இவருடைய கட்டுரைகள் இடம்பெற்றிருக்கின்றன. ஆங்கிலத்தில் வெளியான சிறுகதைத் தொகுப்பான Dancing Gold Flecksஇல் இவருடைய இரண்டு சிறுகதைகளும் பிரசுரிக்கப்பட்டுள்ளன..